ॲनिमल कम्युनिकेशन

प्राण्यांसोबतच्या दुतर्फी टेलिपॅथिक
संवादाकरिता मार्गदर्शक पुस्तक

अक्षया वि. कवळे

अनुवादिका: ऋजुता बापट-काणे

INDIA • SINGAPORE • MALAYSIA

Notion Press

No. 8, 3rd Cross Street,
CIT Colony, Mylapore,
Chennai, Tamil Nadu – 600 004

First Published by Notion Press 2021

ISBN 978-1-63745-412-1

अर्पणपत्रिका

मी हे माझं पहिलंवहिलं पुस्तक माझ्या सर्व प्राणी मार्गदर्शकांना अर्पण करते – टॉबलर, टॅझो, टूफी, टॅझी, जिली, फिडो, टोटो आणि माझा परमप्रिय टँगो...

माझ्या आयुष्यातील इतर अनेक सुंदर गोष्टींप्रमाणेच हे पुस्तक देखिल तुमच्यामुळे घडू शकले.

मी माझं हे मराठी पुस्तक माझे बाबा, विकास कवळे ह्यांना अर्पण करू इच्छिते. त्यांनीच तर मला मातृभाषेची गोडी लावली. भाषेची गोडी लागल्यामुळंच मी टेलिपॅथिक संवादाच्या भाषेच्या नवख्या प्रांतात मुक्तपणे प्रवेश करू शकले.

जिवंत असताना, गेल्यानंतरही आणि माणसांकडून दृढ भावबंध जोडला जाण्याची प्रतिक्षा करणाऱ्या सर्व मार्गदर्शक प्राणिमात्रांना समर्पित.

अस्वीकरण (डिस्क्लेमर)

आम्ही जे कम्युनिकेशन सेशन्स घेतो ते केवळ ज्ञानवर्धनासाठी केलेली संभाषणं आहेत. ही सेशन्स इतर व्यावसायिक सल्लागाराची जागा घेऊ शकत नाही. सर्व वर्तनविषयक आणि आरोग्यासंबंधी तक्रारींसाठी प्राण्यांच्या डॉक्टरांचा सल्ला आणि औषधोपचार आवश्यक आहेत.

प्राण्यांसोबतचा संवाद हा केवळ पूरक आहे. आम्ही कोणत्याही तपासण्या करत नाही किंवा औषधे देत नाही. आम्ही वर्तनविषयक तज्ज्ञ किंवा प्रशिक्षक नाही.

प्राण्यांचा दृष्टिकोन जाणून घेण्यासाठी आम्ही केवळ त्यांच्याशी संवाद साधतो.

या पुस्तकामध्ये नमूद केलेले अनुभव आणि धडे हे सर्व केवळ माझ्या स्वतःच्या अनुभवावर आधारित आहेत. इतर ॲनिमल कम्युनिकेटर्सच्या मताशी ते जुळतीलच असे नाही. हीच तर ॲनिमल कम्युनिकेशनची खासियत आहे. प्रत्येकाचा मार्ग कदाचित निराळा असेल पण मूळ गाभा आणि उद्देश एकच आहे.

ॲनिमल कम्युनिकेशन म्हणजेच प्राण्यांसोबत संवाद साधण्याच्या प्रवासाबद्दल या पुस्तकामध्ये सर्व माहिती आहे. जरी मी झाडे आणि निसर्गाशी संवाद साधत असले तरी मी त्याबद्दल या पुस्तकामध्ये प्रकाश टाकला नाही.

या पुस्तकामध्ये विशद केलेली तंत्रं ही मृतात्म्यांशी संवाद साधण्यासाठी वापरू नयेत. मी हे स्वतःही केलं नाही आणि तुम्हीही करू नये असं माझं प्रांजळ मत आहे. तुम्हाला जर त्या क्षेत्रामध्ये पाऊल टाकायचं असेल तर तुम्ही काळजीपूर्वक व्यावसायिक सल्ला घ्यावा.

ॲनिमल कम्युनिकेटर हा केवळ संवाद साधण्याचं काम करतो, त्या संवादांचा अर्थ तो लावत नाही. आम्ही केवळ प्राण्यांशी संवाद साधून त्यांचा

संदेश तुमच्यापर्यंत पोहोचवण्याचं काम करतो. आम्ही प्राण्यांच्या वर्तनामध्ये कोणत्याही प्रकारचा बदल घडवून आणण्याची हमी घेत नाही.

मी विविध प्रकरणांमध्ये काही कथांचा समावेश केला आहे जेणेकरून तुम्हाला त्यातील संकल्पना अधिक चांगल्याप्रकारे समजतील. या पुस्तकामध्ये मी स्वत: अनुभवलेल्या खऱ्याखुऱ्या घटनांचा समावेश आहे. या कथांसाठी मी प्रकरण ५ मधील काही कथा वगळता अन्य कथांसाठी प्राण्यांची आणि व्यक्तिंची पूर्वपरवानगी घेतलेली आहे. प्रकरण ५ मधील कथांमध्ये काही गोष्टी अशा आहेत ज्यामध्ये माणसे त्यांच्या प्राण्यांसोबतचा संवाद ऐकून समाधानी नव्हती. परंतू यांमधून मला अनेक धडे शिकायला मिळाले.

या पुस्तकामध्ये व्यक्तिंची आणि त्यांच्या प्राण्यांची ओळख आणि त्यांची व्यक्तिगत माहिती गोपनिय ठेवण्यात आली आहे.

अंतर्वस्तु

ऋणनिर्देश

सर्वप्रथम मी विश्वाप्रती आणि निसर्गाप्रती अगदी मनापासून कृतज्ञता व्यक्त करू ईच्छिते. हेच तर माझे कामा मधले प्रथम गुरू आहेत, ज्यांनी मला माझं काम इतरांपर्यंत पोहोचवण्यासाठी मदत केली.

आई, बाबा आणि ऐश्वर्या, तुम्ही केलेल्या निरपेक्ष प्रेमासाठी आणि माझ्यावर केलेल्या उत्तम संस्कारांसाठी मी कृतज्ञ आहे. तुम्ही माझ्यावर दाखवलेल्या विश्वासामुळं मला नेहमीच उत्तम काम करण्यासाठी आणि उत्तम व्यक्ति बनण्यासाठी प्रेरणा मिळते.

अश्विन, माझ्या जीवन प्रवासामध्ये आणि माझ्या प्रत्येक गोष्टीमध्ये माझा जोडीदार बनल्याबद्दल मी मनापासून तुझे आभार मानते.

टॉबलर, टॅझो, टूफी, टॅझी, जिली, फिडो, टोटो आणि माझा परमप्रिय टँगो, तुम्ही सगळेच माझे गुरू आहात, जरी तुम्ही प्रत्यक्षात माझ्यासोबत असलात किंवा नसलात तरीही. तुमच्यामुळेच तर हा प्रवास सुरू झाला. या प्रवासाच्या प्रत्येक टप्प्यावर पुढे जाण्यासाठी तुम्ही मला प्रेरणा दिलीत त्याबद्दल तुमचे आभार.

मी ज्यांच्यासोबत संवाद साधला आहे त्या प्रत्येक प्राणी, वनस्पती, झाडं आणि इतर प्राणीमात्रांचे मन:पूर्वक आभार. तुमच्याकडून मी जे काही शिकले ते माझ्या वैयक्तिक आणि व्यावसायिक आयुष्याबरोबरच या पुस्तकाचाही पाया आहेत.

प्राण्यांसोबत संवाद साधण्यासाठी ज्यांनी माझी मदत घेतली आणि जे लोक माझ्या कोर्स आणि वर्कशॉपच्या निमित्त्याने माझ्या संपर्कात आले त्या सर्वांचे

आभार. त्यांनी दाखवलेल्या विश्वास आणि श्रद्धेमुळंच मी या प्रवासाच्या मार्गावर इथंपर्यंत पोहोचू शकले.

माझ्या त्या सर्व गुरूजनांबद्दल मी कृतज्ञ आहे ज्यांनी माझ्यावार कमालीचा विश्वास दाखवला, मला पाठिंबा दिला आणि सदैव माझ्या पाठीवर आशिर्वादाचा हात ठेवला. तुम्ही दिलेल्या शिकवणुकीमुळे माझ्या ज्ञानाच्या कक्षा रूंदावल्या. तुमच्या निसर्ग आणि प्राण्यांप्रती असणाऱ्या दृष्टीकोनामुळं माझं ज्ञान वृद्धींगत झालं आहे.

अनुश्री, रूची आणि रेवती यांनी अजिबात न कंटाळता या पुस्तकाचा प्रत्येक कच्चा मसुदा वाचला आणि त्यावर प्रामाणिक प्रतिक्रिया दिली, त्याबद्दल त्यांचे मनापासून आभार. तुम्हाला माझ्या विद्यार्थिनी, मैत्रिणी आणि कुटुंबिय म्हणताना मला खूप अभिमान वाटत आहे. तुमच्या पाठिंब्यामुळं आणि प्रोत्साहनामुळंच मी आळस झटकून कामाला लागले.

ऋजुता बापट – काणे या पुस्तकाची अनुवादिका, तुझे आभार मी किती आणि कोणत्या शब्दात मानू? दिवसरात्र अथक काम करून तू माझ्या हस्तलिखिताला एक आकार दिलास आणि माझ्या कल्पनांना मूर्तरूप दिलंस. तुझ्यामुळंच तर हे मराठी पुस्तक प्रत्यक्षात उतरू शकलं.

हर्षद मराठे, पुस्तकाच्या नितांतसुंदर मुखपृष्ठासाठी मनःपूर्वक धन्यवाद. सामान्यतः असं म्हंटलं जातं की पुस्तकाच्या मुखपृष्ठावरून त्याची पारख करू नये. पण तू तुझ्या सुंदर चित्राच्या माध्यमातून खरोखरीच या पुस्तकाचं अंतरंग उलगडून दाखवलं आहेस.

विशाल आणि नोशन प्रेस पब्लिशिंगमधील सर्वांचे मनापासून आभार, या पुस्तकाचं माझं स्वप्न प्रत्यक्षात उतरवण्यासाठी.

लेखिकेचे मनोगत

जेव्हापासून मला समज आली अगदी तेव्हापासूनच माझा प्राण्यांसोबत एक विशेष भावबंध जुळला होता. माझ्या वयाच्या चौथ्या वर्षापासूनच मला प्राणी आणि त्यांची जीवनशैली याबद्दल एक विशेष आत्मियता निर्माण व्हायला लागली होती. आमच्या इमारतीच्या परिसरात राहणाऱ्या मांजरांसोबत माझा पहिलावहिला संपर्क आला. त्यातली एक काळी मांजर माझी अतिशय लाडकी होती. तिला मी स्विटी असं नाव दिलं होतं.

स्विटीसोबतच्या संवादाची माझी पहिली आठवण म्हणजे मी तिच्याशी मारलेल्या काल्पनिक गप्पा. मी माझ्या आईबाबांसोबत आणि कुटुंबासोबत जशा सहजपणे गप्पा मारायचे अगदी तशाच गप्पा मी स्विटीसोबत देखिल मारायचे. आणि मला माहिती होतं की ती प्रतिसाद देखिल द्यायची. पण स्विटी कसा प्रतिसाद देईल याची मी माझ्या मनातल्या मनातच कल्पना करायचे.

प्राण्यांसोबतच्या टेलिपॅथिक संवादाचा हा पहिलाच अनुभव होता. अर्थातच माझ्या मांजरीसोबतचा माझा हा गोड संवाद पुढे जाऊन माझ्या जीवनाला नवीन अर्थ प्राप्त करून देईल याची मला कल्पनाच नव्हती. आता मला असं लक्षात येतंय की तीच माझ्या टेलिपॅथिक संवादाच्या प्रवासाची सुंदर सुरूवात होती.

बऱ्याच वर्षांनंतर माझी या संकल्पनेशी अगदी व्यवस्थितपणे पुनर्ओळख झाली. इंटरनेटवर शोधताना एका प्रसिद्ध आणि अनुभवी तज्ञ अशा वाघ सिंहांसारख्या जंगली प्राण्यांसोबत संवाद साधणाऱ्या व्यक्तिचा व्हिडीओ माझ्या पाहण्यात आला. त्या व्हिडिओमध्ये त्या टेलिपॅथिक कंमुनिकेटर एक काळ्या बिबट्याशी संवाद सादत होत्या. या टेलिपॅथिक संवादाच्या माध्यमातून त्या

शक्तिशाली जनावराने आपली जीवन कहाणी, जीवनशैली आणि समस्या व्यक्त केल्या होत्या.

या संवादाचा त्या जनावरावर सकारात्मक परिणाम झाला आणि लवकरच त्याच्या मनातल्या शत्रुत्वभावनेची आणि चिंतेची जागा ही मैत्रीपूर्ण भावनेनी आणि विश्वासाने घेतली.

हा व्हिडीओ पाहताना मला माझ्या जुन्या मैत्रिणीची स्विटीची आणि आमच्या गप्पांची तीव्रतेनं आठवण झाली. त्या क्षणी मला जाणीव झाली की आम्ही दोघी खरंच एकमेकींशी बोलायचो. फार लहानपणा पासून मी प्राण्यांसोबत संवाद साधू शकते याची मला कल्पनाच नव्हती. हा व्हिडीओ पाहिल्यानंतर मला त्याची जाणीव झाली.

मी लगेचच माझ्या पाळीव प्राण्यांशी मोकळ्या मनाने, हृदयापासून संवाद साधायचं आणि त्यांच्या मनातल्या भावना जाणून घ्यायचं ठरवलं. मला अगदी पहिल्यापासूनच आंतरिक मनोव्यापारांमध्ये रस होता. मी टॅरोट कार्ड रिडींग, मौल्यवान खडे, रेकी एनर्जी हीलिंग, थिटा हीलिंग आणि हस्ताक्षर आणि स्वाक्षरीचं विश्लेषण करायचे.

त्यामुळं टेलिपॅथिक संवादाची कल्पना मला काही गूढ आणि अतर्क्य वाटली नाही. माझ्या पाळीव प्राण्यांच्या मदतीने हळुहळू या विषयावरील माझी पकड दृढ होत गेली. मी जसजसा अभ्यास करत गेले तसतशी प्रत्येक संवादाबरोबरच माझ्यामध्ये सुधारणा होत गेली.

अर्थातच सुरूवातीला माझ्याकडून बऱ्याच चूका झाल्या. पण मी ही संकल्पना चांगल्या तऱ्हेनं समजून घेण्यासाठी अधिकाधीक मार्गदर्शक साहित्य अभ्यासायला सुरूवात केली. या विषयावरची पुस्तकं, लेख आणि अनेक व्हिडीओ यांच्या माध्यमातून निसर्ग आणि प्राण्यांसोबतचा टेलिपॅथिक संवाद कसा कार्य करतो याबद्दलच्या माझ्या संकल्पना अधिक स्पष्ट होत गेल्या. मला या विषयाबद्दल जगभरातल्या अनेक अनुभवी आणि तज्ञ व्यक्तिंकडून शिकायला मिळालं. पण मला एका मार्गदर्शकाची उणिव भासत होती. कोणत्याही क्षेत्रात यशस्वी होण्यासाठी एका तज्ञ मार्गदर्शकाची आवश्यकता असते यावर माझा ठाम विश्वास आहे. आणि म्हणूनच मी या कला आणि शास्त्राचा अपूर्व संगम

असणाऱ्या टेलिपॅथिक संवाद या विषयावरील विविध कोर्सेस आणि वर्कशॉप्स शोधायला सुरूवात केली.

योग जुळून येण्याचं महत्व मी प्राण्यांकडूनच शिकले. मला वाटतं की गुरूकडून शिकण्याची योग्य वेळ अजून आली नव्हती.

अजूनही माझा मलाच सराव करायला लागत होता आणि अनुभव व ज्ञानही प्राण्यांसोबतच्या संवादांमधूनच घ्यावे लागत होते. माझा माझ्या प्राणीमित्रांवर संपूर्ण भरवसा होता की जशी त्यांनी मला दिशा दाखवली तसंच माझ्या गुरूपर्यंत पोहोचवण्यासाठी ते मला मदत करतील आणि खरंच तसं झालं, मला अनेक गुरू मिळाले.

अजून दोन वर्षं सराव केल्यानंतर मी प्राण्यांसोबतचा टेलिपॅथिक संवाद या विषयावर एक अतिशय सुंदर कोर्स केला आणि तिथंच माझी माझ्या पहिल्या गुरूशी भेट झाली. त्यांच्याकडूनच मी क्रमाक्रमानं प्राण्यांशी संवाद साधण्याचं तंत्र शिकले. या तंत्रामुळंच मी सुलभरित्या टेलिपॅथिक संवाद साधायला शिकले. आजही मी ही तंत्रं वापरते आणि माझ्या विद्यार्थ्यांना देखिल शिकवते. अर्थातच यांमध्ये मी स्वतःचे असे बदलही केले आहेत.

या नव्यानं आत्मसात केलेल्या ज्ञानाच्या सहाय्याने आणि माझ्या गुरूंच्या मदतीने मी केवळ माझ्याच नव्हे तर जगभरातील विविध प्राण्यांसोबत संवाद साधू लागले. वेळ, जागा आणि अंतर यांचा खरोखरीच तितकासा अडथळा उरला नाही. प्राण्यांसोबतचा निखळ संवाद साधण्याची तीव्र इच्छाशक्ती हीच महत्वाची होती.

काही महिन्यांमध्येच मी अनेक गुरूंच्या संपर्कात आले ज्यांच्यामुळं माझ्या या विषयातील ज्ञानामध्ये भर पडत गेली. मी अमेरिका, ऑस्ट्रेलिया आणि भारतातील अनेक प्रशिक्षित ॲनिमल कम्युनिकेटर्सकडून प्रशिक्षण घेतलं.

तेव्हापासून मी हजारो प्राणी आणि झाडांशी वैयक्तिक आणि व्यावसायिक या नात्यानं संवाद साधला आहे. आणि प्रत्येक संवाद हा माझ्यासाठी जणू एक धडा आहे. माझं हे ज्ञान इतर अनेक प्रतिभावंत लोकांपर्यंत पोहोचवण्याचं भाग्य मला मिळालं, जे आता यशस्वी ॲनिमल कम्युनिकेटर बनले आहेत.

ज्यांना निसर्गाशी पुन्हा एकदा संवाद साधायचा आहे आणि टेलिपॅथिक संवादाची भाषा पुन्हा नव्याने शिकायची आहे अशा सर्वांपर्यंत हे ज्ञान या पुस्तकाच्या माध्यमातून पोहोचवण्याचा माझा मानस आहे. निसर्ग आणि प्राणी त्यांच्याकडील ज्ञान आपल्यासमोर खुलं करायला उत्सुक आहेत. हे पुस्तक जणू या ज्ञानसोपानाची पहिली पायरी आहे. या पुस्तकात सांगितलेल्या काही सुलभ तंत्रांच्या सहाय्याने तुम्ही तुमचा स्वतःचा टेलिपॅथिक संवादाचा प्रवास सुरू करू शकता.

या क्षेत्रात आपण सगळेच विद्यार्थी आहोत आणि प्रत्येक अनुभव आपल्याला बरंच काही शिकवतो. मी आत्ता कुठं माझा प्रवास सुरू केला आहे आणि बरंच काही शिकणं अजून बाकी आहे. टेलिपॅथिक संवादानं मला माझ्या स्वतःची, माझ्या भावभावनांची नव्यानं ओळख करून दिली आणि त्यामुळं माझ्या नातेसंबंधांमध्ये तसंच आयुष्यामध्ये सकारात्मक बदल घडून आला. या सकारात्मक बदलांमुळं माझ्या जीवनाला एक नवीन आयाम प्राप्त झाला. मला आशा आहे की माझ्याइतकेच तुम्ही देखिल या प्रवासासाठी उत्सुक आहात आणि हे पुस्तक तुमच्याही आयुष्यामध्ये सकारात्मक परिवर्तन घडवून आणेल.

प्रस्तावना

आपल्या मनाची क्षमता अपार आहे. परंतू आपलं जागरूत मन मात्र तर्क आणि सबळ पुराव्यांनाच मानतं. टेलिपॅथिक संवाद ही निसर्गामध्ये आढळणारी अशी एक गोष्ट आहे जी सहजासहजी सबळ पुराव्यांनी सिद्ध करता येत नाही.

एखादी व्यक्ती हे प्रत्यक्षात पाहू शकत नाही परंतू जेव्हा ती त्याच्या मुळाशी जाते तेव्हा निश्चितपणे त्याचा अनुभव घेऊ शकते. एक टेलिपॅथिक कम्युनिकेटर म्हणून मी माझे निसर्ग आणि इतर प्राणिमात्रांसोबतच्या संवादाचे आणि सुंदर भावबंधाचे प्रत्यक्ष असंख्य अनुभव तुम्हाला सहज सांगू शकते. परंतू जोपर्यंत ते तुम्ही स्वत: अनुभवत नाही तोपर्यंत ते तुमच्या तर्काच्या कसोटीवर उतरणे अवघड आहे.

काही विशिष्ठ व्यक्तिंनाच ही दैवी देणगी लाभली आहे असा एक सामान्य गैरसमज आहे. काळाच्या ओघात लोप पावलेल्या या कलेचा पुनर्अभ्यास करण्यासाठी आणि त्यायोगे हा गैरसमज दूर करण्यासाठी हे पुस्तक निश्चितच उपयुक्त ठरेल.

सर्वप्रकारच्या ऊर्जा अनुभवण्याची शक्ती आपल्या सर्वांकडेच आहे. आपल्यामधील ही शक्ती जागृत करून आणि त्याद्वारे निसर्गात अस्तित्वात असणाऱ्या केवळ प्राणिमात्रांशीच नव्हे तर सर्व प्रकारच्या ऊर्जांशी संवाद साधुया. कम्युनिकेटर या नात्यानं आपण संदेशाचं आदानप्रदान करू शकतो आणि निसर्गाशी आणि अन्य प्राणिमात्रांशी परिपूर्ण संवाद साधू शकतो. हा संवाद आपण टेलिपॅथिक भाषेमध्ये साधू शकतो आणि इतर कोणत्याही भाषेप्रमाणेच संवादामधील स्पष्टता ही केवळ वारंवार सराव केल्यानेच येते.

विचार आणि भावना या कोणत्याही प्रकारे बोलीभाषेवर अवलंबून नसतात. संदेशांचे आदानप्रदान हे ज्ञानेंद्रियांच्याद्वारा होत असते. सर्व जिवंत प्राणिमात्र टेलिपॅथिक संवाद साधू शकतात.

टेलिपॅथिक संवाद ही निसर्गानं आपल्याला शिकवलेली प्राथमिक भाषा आहे. जरी सर्वजण या भाषेमध्ये संवाद साधण्यास सक्षम असले तरी काही विशिष्ठ लोक ही भाषा इतरांपेक्षा लवकर आत्मसात करतात.

हा शाळेमध्ये शिकवला जाणारा एक विषय आहे अशी कल्पना करुया. ज्याप्रमाणे काही विद्यार्थ्यांना गणिताची गोडी असते, तर काहींना विज्ञानात रस असतो, तर काहींना भाषाविषय प्रिय असतात. जरी सर्व मुलांना सर्व विषय एकाच पद्धतीने शिकवले जात असले तरी काहीजण काही विषय इतरांपेक्षा चटकन आत्मसात करतात.

अगदी याचप्रमाणं काही कम्युनिकेटर्सना या प्रवासाच्या अगदी सुरूवातीपासूनच सुस्पष्ट संवादाची लय गवसते तर काहीजणांमध्ये सरावाने सुधारणा होते. याठिकाणी महत्वाचा मुद्दा अन्य प्राणिमात्रांशी संवाद साधू शकणे हा आहे. या संपूर्ण प्रक्रियेवर असणारा दृढविश्वास, नियमित सराव आणि तुमच्या प्राणी मार्गदर्शकावरील श्रद्धा यांच्या सहाय्याने तुम्ही तुमचं या क्षेत्रातील ध्येय साध्य करू शकाल.

हे पुस्तक टेलिपॅथिक संवादासाठी आवश्यक असणारी सर्व तंत्रं आत्मसात करण्यासाठी सर्वतोपरी उपयुक्त ठरेल. मी तुम्हाला खात्रीपूर्वक सांगू शकते की सराव आणि अनुभवाने तुमच्या टेलिपॅथिक संवादाची गुणवत्ता सुधारेल.

जसंजसं आपण पुढे जाऊ तसतसं आपल्या लक्षात येईल की प्रत्येक प्राणिमात्र आपल्यावर संपूर्ण विश्वास आणि श्रद्धा ठेवतात. कोणत्याही गोष्टीचा स्वीकार करण्यासाठी मानवी मनाला सबळ पुराव्यांची आवश्यकता असते. त्यामुळं टेलिपॅथिक संवादाबद्दल आपल्या मनामध्ये शंका उद्भवणं स्वाभाविक आहे.

प्राण्यांच्या पालकांनी दिलेल्या उत्तम प्रतिसादामुळे तुमचा आत्मविश्वास नक्कीच वाढेल परंतू तुमचं प्रेम, विश्वास आणि उद्देश यामुळं प्राणी तुमच्यावर

लवकरच श्रद्धा ठेवू लागतील. हे सूत्र लक्षात ठेवा आणि टेलिपॅथिक संवादाच्या या सुंदर विश्वात पाऊल टाका.

ज्याप्रमाणं आपण दुसऱ्या माणसाशी बोलतो त्याप्रमाणं टेलिपॅथिक संवादामध्ये संवेदनांच्या माध्यमातून विचार आणि भावना आपण इतरांपर्यंत पोहोचवतो. आपण एका विशिष्ठ उद्देशानं दुसऱ्या प्राणिमात्रापर्यंत टेलिपॅथिक संदेश पाठवतो आणि विश्वास ठेवतो की तो त्यांच्यापर्यंत पोहोचेल.

निराळ्या शब्दात सांगायचं झालं तर एक ठोस उद्देश हा सुलभरित्या टेलिपॅथिक संवाद साधण्याची गुरूकिल्ली आहे. थोडक्यात टेलिपॅथिक संवाद साधण्यासाठी एक स्पष्ट आणि ठोस उद्देश असणं आवश्यक आहे.

हे पुस्तक वाचण्यामागचा तुमचा उद्देश काय आहे? टेलिपॅथिक कम्युनिकेशन शिकण्याचा तुमचा उद्देश काय आहे? प्राण्यांशी संवाद साधण्यासाठी सक्षम होण्याचा तुमचा उद्देश काय आहे? या सर्व उत्तरांची एक छोटी यादी तयार करा आणि पुस्तक संपेपर्यंत ती तुमच्यासोबत बाळगा.

शेवटी तुमच्या हे लक्षात येईल की तुम्ही जो उद्देश मनाशी बाळगून पुस्तक वाचायला सुरूवात केली होती तो साध्य झाला आहे, जास्तही नाही, कमीही नाही. तुमचा उद्देश जर सुस्पष्ट असेल तर तुम्ही निश्चितपणे ध्येय साध्य करू शकाल.

उद्देश अतिशय महत्वाचा आहे. जेव्हा प्राण्यांशी संवाद साधायचा आहे असं तुम्ही मनापासून आणि ठामपणे ठरवता तेव्हाच त्यांच्याशी तुमचे भावबंध जुळतात आणि तुम्ही टेलिपॅथिक संवाद साधू शकता.

थोडक्यात काय तर टेलिपॅथी आणि उद्देश हे एकमेकांवर अवलंबून असतात. एकाशिवाय दुसरी गोष्ट घडूच शकत नाही. हे सूत्र सुरूवातीलाच पूर्णपणे समजून घेतले की पुस्तकातील बाकी संकल्पना समजणं तुम्हाला सोपं जाईल.

या पुस्तकामध्ये मी प्राण्यांसोबत संवाद साधण्यासाठीचे सर्व धडे विस्तृतपणे विशद केले आहेत. तुम्ही हे पुस्तक शेवटपर्यंत वाचल्यानंतर प्राण्यांसोबतच्या संवादाबद्दलच्या तुमच्या शंकांचे निरसन होईल.

माझ्या आजवरच्या अनुभवामध्ये मला पाळीव प्राण्यांच्या पालकांना त्यांच्या प्राणीमित्रांबद्दल असंख्य शंका मनात असल्याचे लक्षात आले आहे.

- प्राण्यांसोबतचा संवाद म्हणजे नक्की काय ?
- माझ्या प्राणीमित्राचं निधन झाल्यानंतर त्याचं पुढे काय होतं?
- दिवंगत प्राण्यांशी आपण संवाद साधू शकतो का?
- माझा प्राणीमित्र मला काय सांगू पहात आहे हे कसे ओळखावे?
- काही वेळा ते असं विचित्र का वागत असतील?
- त्यांनी आमचं घर का सोडलं?
- ते परत माझ्याकडे येतील का?

ही यादी न संपणारी आहे.

या पुस्तकामध्ये ह्या आणि यासारख्या बऱ्याच प्रश्नांची उत्तरे तुम्हाला मिळतील. मी या पुस्तकामध्ये माझे अनुभव आणि धडे क्रमाक्रमाने आणि अतिशय काळजीपूर्वक मांडले आहेत. त्यामुळं प्राण्यांसोबत संवाद साधण्याच्या प्रवासात तुम्हाला कोणत्याही अडचणी येणार नाहीत.

माझ्या इतक्या वर्षांच्या अभ्यासामध्ये मी प्रत्यक्षात घडलेल्या घटनांचे असंख्य अनुभव घेतले आहेत. या पुस्तकातील संकल्पना समजून घेण्यासाठी तुम्हाला याचा उपयोग होईल.

हे निष्कर्ष काढण्यासाठी मला बरेच कष्ट घ्यावे लागले, जे मी तुमच्यासाठी या पुस्तकामध्ये सुलभरित्या मांडले आहेत. या विषयामध्ये रस असणाऱ्या व्यक्तिंना त्यांच्या सर्व प्रश्नांची उत्तरं या पुस्तकामध्ये सहजरित्या मिळतील.

चला तर मग या सुंदर प्रवासाची सुरूवात करूया...

अक्षया वि. कवळे

नेचर आणि ॲनिमल कम्युनिकेटर

भाग १

ॲनिमल कम्युनिकेशन संदर्भातील महत्वाच्या गोष्टी

प्रकरण १

टेलिपॅथिक संवादाबद्दल जाणून घेऊया

टेलिपॅथिक संवाद हा निसर्गामध्ये सर्वाधिक वापरला जाणारा अत्यंत नैसर्गिक संवाद आहे. आपल्या सर्वांनाच लाभलेली ही जन्मजात आणि निसर्गदत्त देणगी आहे. टेलिपॅथीच्या माध्यमातूनच तर नवजात बाळाचे आईवडील त्याच्याशी संवाद साधतात, अगदी असंच इतर प्राणीमात्रांच्या बाबतीतही घडतं.

आपल्या प्रियजनांशी संवाद साधताना आपल्याला भाषेची गरज भासत नाही. विशेष प्रयत्न न करताही आपल्या मनातला साधासा विचार किंवा एखादी भावना त्यांना समजते.

पुस्तकी व्याख्येनुसार टेलिपॅथी म्हणजे इंद्रियांच्या साहाय्यावाचून एकाच्या मनातील विचार आणि कल्पना त्याचवेळी दूरवर असलेल्या दुसऱ्या व्यक्तीच्याही मनात उमटणे.

आजही जगामध्ये बहुतांशी लोक आपल्याला नैसर्गिकरित्या लाभलेल्या टेलिपॅथी या अंगभूत कौशल्याला सर्वसामान्य संवाद माध्यम मानण्याबाबत साशंक असतात. परंतू आमच्यासारखा निसर्गाशी संवाद साधणाऱ्या लोकांसाठी टेलिपॅथीचा अर्थ काहीसा निराळा आहे.

आमच्यामते टेलिपॅथी ही वैश्विक भाषा आहे जिच्या माध्यमातून सर्व प्राणिमात्र आणि अन्य घटक एकमेकांमध्ये माहितीचे आदानप्रदान करतात. टेलिपॅथीमध्ये

विचार, भावना, हेतू आणि ऊर्मी यांच्या माध्यमातून माहितीचे आदानप्रदान केले जाते.

टेलिपॅथी हा शब्द दोन उपशब्दांपासून बनला आहे. टेलि – म्हणजे अंतर आणि पॅथी – म्हणजे भावना किंवा संवेदना. म्हणजेच टेलिपॅथीचा अर्थ आपल्या भावना आणि संवेदनांच्या माध्यमातून साधलेला दूरस्थ संवाद.

आपल्या संवेदना या टेलिपॅथीक संवादामध्ये माध्यम बनतात. विचार, भावना, हेतू आणि ऊर्मी यांच्या सहाय्याने टेलिपॅथी ही आपल्या प्रमुख सहा इंद्रियांमधून व्यक्त होते. हा शब्दातीत संवाद आपल्या आजूबाजूला असणाऱ्या वैश्विक ऊर्जेचा कणा आहे.

माणसाला या अंगभूत नैसर्गिक क्षमतेचा कदाचित विसर पडला असेल परंतु निसर्गातील इतर घटक मात्र अजुनही नेहमीच टेलिपॅथीच्या माध्यमातून संवाद साधतात. आपल्याकडे देखिल ही क्षमता आहे आणि सुप्तमनाच्या पातळीवर आपण तिचा वापर देखिल करत असतो. परंतू तर्काच्या कसोटीवर उतरत नसल्यामुळं आपली बुद्धी हे स्विकारत नाही. टेलिपॅथिक संवादाची कला हे माणसा समोरील आव्हान नसून आपण टेलिपॅथिक संवाद साधू शकतो याचा स्वीकार करणंच लोकांना जड जातं.

आपल्याकडे टेलिपॅथिक शक्ती असतेच आणि सुप्तमनाच्या पातळीवर आपण तिचा नेहमीच वापर करत असतो. मला खात्री आहे की तुमच्या आयुष्यात तुम्ही देखिल अनेक वेळा याचा अनुभव घेतला असेल.

आपली प्रिय व्यक्ती काय विचार करत आहे हे आपल्याला त्यांनी न सांगताही समजतं. तसंच आपला एखादा जुना मित्र किंवा मैत्रिण आपण आठवण काढताक्षणी आपल्याला फोन करते. ही सगळी टेलिपॅथिक संवादाचीच तर उदाहरणं आहेत.

आपण या सगळ्याला योगायोग, माईंड रिडींग, इंट्युशन किंवा गट फिलींग असं नाव देतो कारण हे आपल्या तर्कबुद्धीला सहज पटणारं असतं. परंतू आपण टेलिपॅथिक संवाद साधला आहे याचा स्वीकार करणं आपल्या मनाला जड जातं.

हे पुस्तक वाचकांना सुप्तमनाच्या पातळी सोबतच बौद्धिक पातळीवरही टेलिपॅथीक संवादाचा स्वीकार करायला मार्गदर्शन करते.

टेलिपॅथीक संवाद आणि त्याची कार्यशैली

अनेक लोकांचा दावा आहे की टेलिपॅथी ही दृश्य स्वरूपात किंवा मूर्तस्वरूपात अस्तित्वात नसते आणि त्यामुळे ती बहुदा अस्तित्वातच नाही. यावर आमचं मत असं आहे की आज ज्याच्यावर सर्व जग अवलंबून आहे अशा रेडिओलहरी, इंटरनेट आणि टेलिफोनच्या लहरी देखिल अदृश्य आणि अमूर्त आहेत.

परंतू अशाप्रकारचा संवाद साधताना एका विशिष्ट फ्रिक्वेन्सीशी जुळवून घेणं अतिशय आवश्यक असतं जेणेकरून एक माध्यम आणि संवादमार्ग निर्माण होतो.

हीच संकल्पना टेलिपॅथीच्या बाबत देखिल लागू पडते. या विश्वातील प्रत्येक कण हा एका विशिष्ठ फ्रिक्वेन्सीने कंप पावत असतो. अस्तित्वात असणाऱ्या प्रत्येक गोष्टिची फ्रिक्वेन्सीही निराळी असते. या विश्वामध्ये कोणत्याही दोन गोष्टींची फ्रिक्वेन्सी एकच नसते, अगदी एकसारखी वारंवारता असणाऱ्या गोष्टींची देखिल. याचं कारण असं आहे की प्रत्येक गोष्टीची कंपने निरनिराळी आहेत आणि ती केवळ त्या गोष्टीसाठीच आहेत.

हे अगदी आपल्या अंगठ्यांच्या ठशांप्रमाणे आहे. ते सारखे भासतात परंतू समान नसतात. ज्याप्रमाणं प्रत्येकाच्या जिभेचा आणि बोटांचा ठसा एकमेवाद्वितीय असतो त्याचप्रमाणं प्रत्येक घटकाची एक विशिष्ठ फ्रिक्वेन्सी असते. ज्या आत्म्यासोबत सुयोग्य पद्धतीनं टेलिपॅथिक संवाद साधायचा आहे त्याच्या फ्रिक्वेन्सीशी आपली फ्रिक्वेन्सी जुळवून घेणं अतिशय आवश्यक आहे. यामुळं संदेश आणि माहितीचं दळणवळण साधण्यासाठी एक मार्ग खुला होतो.

प्रत्येक प्राणीमात्र हा एकप्रकारची ऊर्जा आहे. भौतिकशास्त्राच्या नियमानुसार ऊर्जा निर्माणही करता येत नाही आणि नष्टही करता येत नाही. ती केवळ एका प्रकारामधून दुसऱ्या प्रकारामध्ये रूपांतरीत करता येते.

या नियमानुसार आपण प्रत्येकजण जणू एक ऊर्जा आहोत. आपण एकमेकांशी ऊर्जेच्या माध्यमातून जोडले गेलो आहोत. आपण दृश्य, शब्द, सकारात्मक आणि नकारात्मक लहरी यांच्या माध्यमातून मूर्त आणि अमूर्त ऊर्जेचे आदानप्रदान करत असतो.

टेलिपॅथिक संवाद ही कोणत्याही प्रकारचा दुजाभाव न करता निसर्गानं आपल्या सर्वांना दिलेली समान देणगी आहे. निराळ्या शब्दात सांगायचं झालं तर आपण मान्य करत नसलो तरी टेलिपॅथिक संवाद साधण्यासाठी आपण सक्षम आहोत.

जसजशी उत्क्रांती होत गेली तसतसा माणूस भाषा, चित्रकला, हावभाव, लिखाण आणि संगितामधून आपल्या भावना व्यक्त करायला शिकला. आणि यामुळंच टेलिपॅथिक संवाद साधण्याची आपली नैसर्गिक शक्ती कुठंतरी दुर्लक्षित केली गेली.

यासोबतच आपली समाजरचना, संस्कृती आणि घरामधील वातावरण यांनी आपल्याला केवळ तार्किक आणि दृश्य गोष्टींवरच विश्वास ठेवायला शिकवलं आहे. जर असं नसतं तर कदाचित त्यांना विज्ञानावर विश्वास ठेवणं कठीण गेलं असतं आणि ते थोतांडावर विश्वास ठेवत आहेत असं लोकांना वाटलं असतं.

परंतू हे संपूर्णत: लुप्तही झालं नाही. आपण सर्वांनीच काही विशिष्ठ परिस्थितीमध्ये हे अनुभवलं असेल की आपण एखाद्या व्यक्तिचा विचार करत असतानाच ते आपल्याशी संपर्क साधतात.

लहान बाळं तर नेहमीच टेलिपॅथिक संवाद साधत असतात. अन्यथा त्यांच्या पालकांना त्यांना भूक लागली आहे किंवा त्यांचा डायपर बदलायची वेळ झाली आहे हे कसं समजलं असतं? बऱ्याचवेळा बोलताना आपण एकमेकांची अपूर्ण वाक्यं पूर्ण करत असतो किंवा आपले पाळीव प्राणी आपल्याला काय सांगू इच्छित आहेत हे समजतं.

या अशक्यप्राय वाटणाऱ्या अद्‌त गोष्टी केवळ टेलिपॅथिमुळेच शक्य आहेत.

एक प्रौढ व्यक्ती म्हणून कदाचित या गोष्टी आपल्याला नैसर्गिकरित्या किंवा सहजपणे जमणार नाहीत असं वाटू शकतं पण याचा अर्थ असा नव्हे की त्या

गोष्टी आपल्यामध्ये अस्तित्वातच नाहीत. कदाचित या गोष्टी आजच्या घडीला मागे पडल्या असतील परंतू थोड्याशा प्रयत्नांनी आणि सरावानं हे आपल्याला सहज जमू शकेल.

टेलिपॅथीच्या माध्यमातून ॲनिमल कम्युनिकेशनचा मार्ग अनुसरण्यासाठी नवागत लोकांना सर्वप्रथम हे लक्षात घ्यायचं आहे की केवळ भाषेच्या माध्यमातून साधलेला संवाद म्हणजेच केवळ संवाद नव्हे. हा विचार मनाशी पक्का करून जर या पुस्तकामध्ये शिकवलेली टेलिपॅथीक संवादाबद्दलची तंत्रं आत्मसात केलीत तर तुम्ही अतिशय प्रभावीरित्या आपल्या पाळीव प्राण्यांशी संवाद साधू शकाल.

प्रकरण २

आपली ज्ञानेंद्रिये

टेलिपॅथिक संवाद म्हणजे आपल्या ज्ञानेंद्रियांच्या सहाय्याने दूरच्या अंतरावरील व्यक्तिशी साधलेला संवाद. आपल्या सर्वांनाच आपल्या पाच ज्ञानेंद्रियांची जाणीव असते : दृष्टी, ऐकणे, वास, चव आणि स्पर्श.

अर्थातच आपल्याकडे पाच प्रमुख ज्ञानेंद्रियांव्यतिरिक्तही काही अन्य ज्ञानेंद्रिये असतात. उदाहरणार्थ, संतुलन, अंत:प्रेरणा आणि तपमान इत्यादी. आपल्यामध्ये जो सिक्स्थ सेन्स असतो (आपली गट फिलींग, इंट्युशन) त्याद्वारे आपण टेलिपॅथिक संवाद साधू शकतो.

ॲनिमल कम्युनिकेटर्स आपल्या सहा ज्ञानेंद्रियांच्या (पाच ज्ञानेंद्रिये आणि सिक्स्थ सेन्स) माध्यमातून संदेशाचे दळणवळण करतात. ज्याप्रमाणे हे पुस्तक माझ्या आणि वाचकांमधला दुवा आहे त्याप्रमाणे ही सहा ज्ञानेंद्रिये टेलिपॅथिक संवादाचे माध्यम आहेत.

**निसर्ग आपल्याशी आपल्याला समजेल
अशा भाषेत संवाद साधतो.**

प्राणी त्याचा संदेश पाठवतो आणि आपण आपल्याला समजेल अशा मार्गाने तो स्वीकारतो. यामधून आपल्याला हे लक्षात येतं की आपण काही ज्ञानेंद्रियांना इतर ज्ञानेंद्रियांपेक्षा अधिक प्राधान्य देतो. याचा असा अर्थ होत नाही की इतर ज्ञानेंद्रियांच्याद्वारे आपण संवाद साधू शकत नाही.

टेलिपॅथिक संवादाला आपण जरी बोलीभाषेपेक्षा दुय्यम स्थान दिलं असलं तरी याचा अर्थ ती अस्तित्वातच नाही किंवा विश्वासार्ह नाही असा होत नाही.

आपल्या सर्वांची ज्ञानेंद्रिये ही सदैव सजग असतात. इतर गोष्टींप्रमाणंच आपण कळत नकळत काही विशिष्ठ ज्ञानेंद्रियांचा अधिक वापर करतो. ज्याप्रमाणं आपली बोटं समान आकाराची नसतात आणि प्रत्येकाचं कार्य देखिल निराळं असतं, ही बाब ज्ञानेंद्रियांना देखिल लागू होते. प्रत्येकाच्या व्यक्तिमत्वाप्रमाणं त्या व्यक्तिकडून एखाद्या विशिष्ठ ज्ञानेंद्रियाला प्राधान्य दिलं जाण्याची शक्यता असते. ज्ञानेंद्रियं आपल्या आणि प्राण्यामधील संदेशाच्या दळणवळणाचं माध्यम बनतात.

आता तुम्ही विचार करत असाल की हे संदेशाचं दळणवळण नेमकं होतं तरी कसं? आपण माणसं जरी शब्द आणि आवाजाच्या माध्यमातून संवाद साधत असलो तरी आपण खाणाखुणांचा देखिल वापर करतो. आपण केवळ स्पर्शाच्या माध्यमातून देखिल एकमेकांना संदेश पाठवू शकतो. याचप्रमाणं इतर ज्ञानेंद्रियं देखिल काम करतात.

ज्ञानेंद्रियांचं कार्य नेमकं कशाप्रकारे चालतं हे पाहूया. टेलिपॅथिक संवाद नेमका कशाप्रकारे चालतो याबद्दल आपण या पुस्तकाच्या पुढील काही प्रकरणांमध्ये चर्चा करू. पण हे कार्य कसं चालतं हे जाणून घेण्यापूर्वी आपण सर्वप्रथम काय आणि का चालतं हे जाणून घेऊ.

टीप : फ्रेंच शब्द क्लेयर म्हणजे स्पष्ट. या संदर्भात हा शब्द आपल्या सर्वात प्रबळ ज्ञानेंद्रियाचं वर्णन करण्यासाठी वापरलेला आहे.

१. क्लेयरवॉयन्स

क्लेयरवॉयन्स म्हणजे सुस्पष्ट दृष्टी. ही संकल्पना एखादा संदेश मनःचक्षूसमोर आणते. जसं आपण एखाद्या विशिष्ठ व्यक्तिची प्रतिमा किंवा आपला आवडता ड्रेस डोळ्यासमोर आणू शकतो अगदी तसंच प्राणी आपल्याला काय सांगू पहात आहे हे आपण मनःचक्षूद्वारे पाहू शकतो.

काहीवेळा अचानक एखादी प्रतिमा क्षणार्धात आपल्या डोळ्यासमोर येते, तर काहीवेळा काही घटना झर्रकन आपल्या डोळ्यासमोर येतात. काहीवेळा काही प्रतिमा चलतचित्राच्या रूपात आपल्या डोळ्यासमोर सरकतात. हे सगळं डोळे उघडे असताना किंवा बंद असतानाही दिसू शकतं. त्यामुळं प्राण्यांशी संवाद साधताना डोळे बंद करण्याची किंवा तंद्री लावण्याची गरज नाही.

जेव्हा तुम्ही एखाद्या प्राण्याला तुझा आवडता पदार्थ कोणता आहे हे विचारता आणि जर तुम्हाला लगेच त्या पदार्थाची प्रतिमा दिसली तर समजून जा की हे त्या प्राण्यानं आपल्याला सांगितलं आहे.

माझ्या एका संवादाच्यावेळी मी कियारा नावाच्या एका घोडीशी बोलत होते. जेव्हा मी तिला विचारलं की तुझा कोणी मित्र जवळपास आहे का तेव्हा पांढऱ्या घोड्याची प्रतिमा माझ्या डोळ्यासमोर दिसली. मी नंतर तिला सांभारण्याऱ्या व्यक्तिशी बोलले तेव्हा त्यानी सांगितलं की एक पांढरा घोडा तिचा मित्र आहे आणि ते दोघं नेहमीच एकत्र असतात.

२. क्लेयर ऑडियन्स

क्लेयर ऑडियन्स म्हणजे आवाजाची जाणीव. ही एक अत्यंत आश्चर्यकारक जाणीव आहे. पण काही लोकांना ही थोडीशी अविश्वासार्ह वाटते कारण आपल्या आजुबाजूला असंख्य प्रकारचे आवाज असतात.

जेव्हा आपण प्राण्याला एखादा विशिष्ठ प्रश्न विचारतो आणि त्याच्या उत्तरादाखल एखादा स्पष्ट किंवा क्षीण आवाज आला तर समजून जा की तो प्राणी आपल्याला काहीतरी सांगू पहात आहे.

संपूर्ण संभाषण आपल्याला मनामध्ये ऐकू येणं हे क्लेयर ऑडियन्सचं सर्वात मोठं उदाहरण आहे. स्पष्टपणे आपण प्राण्याशी किंवा तो आपल्याशी बोलत आहे हे आपण ऐकू शकतो. याचा अर्थ असा होत नाही की आपण त्याच्या प्रतिक्रियेची केवळ कल्पना करत आहोत किंवा आपण त्याची प्रत्युत्तरं आपली आपणच ठरवत आहोत. याचा अर्थ इतकाच होतो की तो प्राणी आपल्याशी टेलिपॅथिक

संवाद साधत आहे आणि आपण तो क्लेयर ऑडियन्सच्या माध्यमातून समजून घेत आहोत.

याठिकाणी कदाचित आवाजात फरक होऊ शकतो. स्वत:चे संभाषण हे आपल्याच आवाजात ऐकू येते परंतू प्राण्याचं उत्तर आपल्या किंवा त्या प्राण्याच्या आवाजात ऐकू येऊ शकतं. हे तुम्हाला काहीसं जादुई वाटतंय का? हाच तर टेलिपॅथिक संवादाचा गाभा आहे.

इतकंच नाही तर काहीवेळा आपल्याला काही विशिष्ठ आवाज ऐकू येतात जणू काही तो प्राणी आपल्याला काही सांगू पहात आहे. जर आपल्याला बाजूने एखादी मोठी आगगाडी जात आहे किंवा पार्श्वभूमीवर संगीत वाजत आहे यासारखा मोठा आवाज ऐकू आला तर कदाचित हा त्या प्राण्याकडून आलेला संदेश असू शकतो! आपण नंतर त्याला या विशिष्ठ गोष्टीबद्दल प्रश्न विचारायला हवेत जेणेकरून त्यांना नेमकं काय म्हणायचं आहे हे आपल्याला लक्षात येईल.

खलिसी ही एक अतिशय प्रेमळ आणि मनमोकळ्या स्वभावाची मांजर होती जिचं केवळ आजूबाजूला असणं देखिल मन प्रफुल्लित करायचं. मला एकदा तिला भेटण्याची आणि तिच्याशी बोलण्याची संधी मिळाली होती.

आमच्या संभाषणादरम्यान खलिसीकडून मला शास्त्रिय संगीतातील एक सुंदर बंदिश ऐकायला मिळाली. ते संगीत इतकं मधुर होतं की माझं मन भरून आलं आणि मी काही क्षणांसाठी पुलकित झाले.

मी कुतुहलानं खलिसीला या संगिताचा अर्थ विचारला तर तिनं सांगितलं की अशा प्रकारचं संगीत ऐकायला तिला खूप आवडतं.

मी जेव्हा तिच्या पालकाला याबद्दल सांगितलं तेव्हा त्यानी सांगितलं की ते स्वत: शास्त्रिय गायक आहेत आणि त्यांच्या रियाजाच्यावेळी खलिसी नेहमीच तिथे उपस्थित असते.

३. क्लेयरसेंटीयन्स

ही एक स्पष्टपणे जाणवणारी भावना असते. ही एक आंतरिक भावना असू शकते किंवा स्पर्शासारखी बाह्य भावना असू शकते. ही भावना आपल्याला त्वचेवरील

रोमांचांच्या रूपात देखिल जाणवू शकते. क्लेयरसेंटीयन्समुळं संदेशाचा स्वीकार करताना आपल्याला त्वचेवर किंवा अंतर्मनात संवेदना जाणवतात.

ही संवेदना आपल्यासाठी काही नवीन नाही. एखादी भितीदायक किंवा संवेदनशील गोष्ट ऐकताना आपल्या अंगावर रोमांच उभे राहतात, कारण या मार्गानं आपलं शरीर आजूबाजूच्या घटनांना प्रतिसाद देत असते. ही कोणतीही शारीरिक प्रेरणा नसून आपल्या मनातील भावनांना शरीरानं दिलेला प्रतिसाद आहे.

याचप्रकारे जेव्हा आपल्याला क्लेयरसेंटीयन्सद्वारा एखादा संदेश आपल्यापर्यंत पोहोचतो तेव्हा उबदार किंवा थंड वाऱ्याची झुळूक आल्याचा भास होऊ शकतो. मिळणाऱ्या संदेशानुसार ही भावना कधी बोचरी तर कधी हळुवार असू शकते.

समर नावाच्या कुत्र्याशी संवाद साधताना त्यानं मला असं सांगितलं होतं की जेव्हा त्याचा पालक त्याला प्रेमानं घुसळून काढायचा तेव्हा त्याला अतिशय आनंद व्हायचा. त्याला त्याच्या पालकाचा स्पर्श खूप आवडायचा. आणि जेव्हा तो समरला कुरवाळायचा किंवा पाठीवर मसाज करायचा तेव्हा त्याला खूप आनंद व्हायचा.

आणि तुम्हाला माहिती आहे का हा संदेश मला कसा मिळाला? तुमचा अंदाज अगदी बरोबर आहे, क्लेयअरसेंटीयन्स! जेव्हा समरकडून हा संदेश मला मिळाला तेव्हा मला माझ्या पाठीवर मृदूमुलायम संवेदनेची अनुभूती झाली.

जेव्हा आपण प्राण्यांशी संवाद साधतो तेव्हा आपल्याला त्यांच्या ऊर्जेची आणि व्यक्तिमत्वाची जाणीव होते. जर ते शांत, मनमोकळे, खेळकर किंवा तरतरीत असतील तर आपल्या शरीरामध्येही तशाप्रकारच्या संवेदना जागृत होतात. हा देखिल क्लेयरसेंटीयन्सचाच एक भाग आहे.

४. क्लेयरगस्टन्स

याचा अर्थ चवीची सुस्पष्ट संवेदना. जेव्हा आपल्याला तोंडामध्ये एखाद्या चवीची तीव्र संवेदना जाणवते जणूकाही आपण तो पदार्थ खात आहोत, तर समजून जा

की आपल्याला काहीतरी संदेश प्राप्त झाला आहे. क्लेयरगस्टन्स हा प्राण्यांकडून संदेश प्राप्त होण्याचा एक अत्यंत विश्वासार्ह मार्ग आहे. (जरी आपल्याला तो कितीही अविश्वसनीय वाटत असला तरी)

माझ्या क्लायंटच्या मांजरीला जेव्हा मी तिचं आवडतं खाद्यपदार्थ कोणतं आहे असं विचारलं तेव्हा मी भयचकित झाले कारण नुकता मारलेला पक्षी असं तिचं उत्तर होतं.

कल्पना करा की माझी काय अवस्था झाली असेल जेव्हा त्या मृत पक्ष्याचं रक्त आणि मांसाची चव माझ्या तोंडामध्ये जाणवू लागली. शेवटी असह्य होऊन मी नम्रपणे तिला तिचा संदेश पाठवणं थांबवायची विनंती केली.

५. क्लेयरएलिइन्स

क्लेयरएलिइन्स म्हणजे वासाची सुस्पष्ट संवेदना. प्राणी बऱ्याचवेळा त्यांचा संदेश एखादा विशिष्ठ वास, सुगंध किंवा तीव्र गंध याद्वारे पाठवतात. कधीकधी आपल्या आजुबाजूलाच असणाऱ्या पण आपल्याला तोपर्यंत न जाणवलेल्या गंधाची जाणीव होते. प्राणी आपल्याला काहीतरी सांगू पाहत आहे याचं हे द्योतक आहे.

अर्थातच जर आपल्याला संदिग्ध वाटलं, आपण स्वत: गोंधळलेले असलो किंवा आपण आपले स्वत:चे विचार किंवा कल्पना प्राण्याच्या संदेशामध्ये मिसळत असलो तर आपण त्या प्राण्याला याबद्दल स्पष्टपणे विचारू शकतो आणि तेदेखिल आनंदाने आपल्याला मदत करतात.

नुकताच मी माझ्या क्लायंटच्या हरवलेल्या मांजराशी संवाद साधत होते तेव्हा मला अतिशय तीव्र, असह्य दुर्गंध जाणवू लागला. त्याच्या दुसऱ्याच दिवशी ते हरवलेलं मांजर त्यांच्या घराजवळच्या गटारामध्ये सापडलं. क्लेयरएलिइन्सच्या माध्यमातून ते मांजर मला अडकलेल्या ठिकाणाबद्दल संदेश देऊन त्याच्या पालकाला सुटकेसाठी पाठवण्याची विनंती करत होतं. त्या मांजराशी संवाद साधताना मला जाणवलेला तीव्र दुर्गंध ते अडकलं होतं त्या गटाराचा होता.

गंध आणि चवीच्या संवेदना कितीही उपयुक्त आणि विश्वासार्ह असल्या तरी बऱ्याचदा त्यांचा उपयोग संपूर्ण संवाद साधण्यासाठी करत नाहीत. आणि त्यामुळंच इतर संवेदनांशी तुलना करता त्यांचा वापर मर्यादित असतो.

६. क्लेयर कॉग्निझन्स

तुम्ही सिक्स्थ सेन्स ही संज्ञा दैनंदिन वापरामध्ये बऱ्याच वेळा आणि सहजरित्या वापरताना ऐकली असेल. लोक बऱ्याचवेळा ही भावना अनुभवल्याचं मान्य करतात परंतू हे नक्की कशामुळं होतंय आणि का होतंय हे त्यांना उलगडून सांगता येत नाही.

याच सिक्स्थ सेन्सनं अपघात, मृत्यू आणि यासारख्या दुर्दैवी घटनांपासून माणसांचं रक्षण केलं आहे. कारण त्यांनी यावर विश्वास दाखवला आणि ते आपल्या अंत:प्रेरणेप्रमाणं वागले.

हा टेलिपॅथिक संदेश माणसाला निसर्गाकडून मिळत असला तरी आपण हा सिक्स्थ सेन्स ॲनिमल कम्युनिकेशन संदर्भात कसा काम करतो हेच केवळ जाणून घ्यायचं आहे. क्लेयर कॉग्निझन्सच्या सहाय्यानं जेव्हा हा संदेश आपल्याला टेलिपॅथिक संवादाच्या माध्यमातून मिळतो तेव्हा आपसूकच आपल्याला जाणवतं.

निराळ्या शब्दात सांगायचं झालं तर, क्लेयर कॉग्निझन्स म्हणजे एखादी गोष्ट आपल्याला समजली आहे आणि ती शंभर टक्के खरी आहे याची जाणीव होणे. या विशिष्ट गोष्टी समजण्यामागे कोणतंही तार्किक स्पष्टीकरण नाही पण त्या आपल्याला आपसूकच जाणवतात. बऱ्याचवेळा आपल्या मनात हा विचार अचानक चमकून जातो आणि तो कशामुळं आपल्या मनात आला हे देखिल आपल्या लक्षात येत नाही.

आमची एक कुत्री ट्रूफी माझ्या आईबाबांसोबत राहते. एके रात्री अचानक ती खूप बेचैन झाली आणि धापा टाकू लागली. माझ्या आईनं मला तिच्याशी संवाद साधायला सांगितलं.

तिच्याशी संवाद साधल्यावर मला लगेचच लक्षात आलं की खाण्यात असं काहीतरी आलं आहे ज्यामुळं तिचं पोट बिघडलं आहे. या संदेशासोबत

मला कोणताही आवाज, दृश्य, वास, चव किंवा भावना याची जाणीव झाली नाही. मला फक्त हे लक्षात आलं.

ट्रूफीनं सांगितल्याप्रमाणं तिनं त्या संध्याकाळी माशाचे काही तुकडे खाल्ले होते ज्यामुळं तिला हा त्रास होत होता. दुसऱ्या दिवशी तिची तब्येत पुष्कळच बरी होती.

यापूर्वी सांगितल्याप्रमाणं आपली सर्व ज्ञानेंद्रियं सदैव कार्यरत असतात. आपलं व्यक्तिमत्व आणि प्राधान्य यानुसार एक किंवा दोन ज्ञानेंद्रियं इतरांपेक्षा अधिक प्रबळ असतात. पण या सगळ्याचा संवादावरती काही परिणाम होत नाही.

बऱ्याचवेळा मला असं विचारण्यात आलं आहे की या सहा ज्ञानेंद्रियांपैकी कोणतं ज्ञानेंद्रिय सर्वोत्तम आहे. यावर माझं उत्तर असं आहे की तुमचं जे ज्ञानेंद्रिय प्रभावी आहे ते तुमच्यासाठी सर्वोत्तम. आपल्यासाठी जे सर्वोत्तम आहे तेच करण्याची आपल्याला निसर्गदत्त देणगी मिळालेली आहे. जेव्हा आपण एखाद्या विशिष्ठ ज्ञानेंद्रियाला प्राधान्य देतो तेव्हा आपलं आपल्यालाच माहिती असतं की हेच ज्ञानेंद्रिय संदेशाचं दळणवळण करण्यासाठी सर्वोत्तम आहे.

जसजसे काळानुरूप आपण बदलत जातो तसतशी आपली प्रबळ ज्ञानेंद्रियंदेखिल कदाचित बदलत जातात. उदाहरणार्थ मी जेव्हा नुकतीच प्राण्यांशी संवाद साधायला सुरूवात केली होती तेव्हा माझी प्रबळ जाणीव क्लेयरवॉयन्स ही होती. काही काळानंतर तिचे रूपांतर क्लेयरऑडियन्स आणि क्लेयरवॉयन्सच्या मिश्रणामध्ये झाले. आणि आज माझी प्रबळ जाणीव ही क्लेयर कॉग्निझन्स ही आहे.

त्यामुळं तुमचं कोणतं ज्ञानेंद्रिय प्रबळ आहे याची काळजी करू नका. सर्वोत्तम पद्धतीने संदेशाचे दळणवळण करण्यासाठी स्वत:वर आणि प्राण्यावर पूर्ण विश्वास ठेवा.

प्रकरण ३

ॲनिमल कम्युनिकेशनसंबंधी मुलभूत गोष्टी

ॲनिमल कम्युनिकेशन म्हणजे नेमकं काय आणि ते कसं करावं हे जाणून घेण्यापूर्वी काही मुलभूत गोष्टी आपल्याला लक्षात घ्यायच्या आहेत. एकदा का या गोष्टी आपण नीटपणे समजून घेतल्या की प्राण्यासोबत यशस्वीरित्या संवाद साधणं हे अधिक सोपं आणि सुलभ होतं.

ॲनिमल कम्युनिकेशन हे अंतिमतः प्रभावी टेलिपॅथिक कम्युनिकेशनच असतं. तुम्ही जर टेलिपॅथिकली प्रभावीरित्या संवाद साधू शकलात तर तुम्ही माणसं जसं एकमेकाशी बोलतात तशाचप्रकारे प्राणी, झाडं आणि निसर्ग यांच्याशी सहजरित्या संवाद साधू शकता.

पुढे नमूद केलेली निरीक्षणं ही प्राण्यांशी संवाद साधताना मला जाणवली आहेत. कम्युनिकेटर म्हणून तुमचा दृष्टिकोन कदाचित वेगळा असेल किंवा संवाद सुरू करतानाची तुमची पद्धत स्वत:ची अशी निराळी असेल, परंतू मुलभूत गोष्टी मात्र समानच असतील.

ॲनिमल कम्युनिकेशनचे स्वत:चे असे काही पक्के नियम नाहीत परंतू टेलिपॅथिक संवादाचे काही मुलभूत आयाम आहेत ज्यांचं पालन करणं अत्यंत आवश्यक आहे.

१. आपली ऊर्जा आणि हेतू

क्वॉन्टम फिजिक्सच्या नियमानुसार आपण सर्वजण ऊर्जेचे विविध प्रकार आहोत आणि हीच ऊर्जा आपला हेतू साध्य करण्यासाठी पूरक ठरते. आजच्या तांत्रिक

युगात कृती अधिक महत्वाची असते परंतू टेलिपॅथीमध्ये हेतूच सर्वात महत्वाचा असतो. या हेतूला सक्रिय कृतीची जोड असणं खूप आवश्यक असतं. आणि अशाचप्रकारे ऊर्जाप्रवाह कार्यान्वित होतो आणि संवादाचा मार्ग खुला होतो.

तुम्ही याच्या मुळाशी जाऊन विचार केलात तर तुमच्या लक्षात येईल की अवघ्या विश्वामधील सर्व कृतींचा गाभा 'हेतू' हाच आहे. अध्यात्म, धर्म आणि संस्कृती यांची बऱ्याचवेळा सुरूवात ही हेतूमुळंच होते. निसर्गाच्या नियमांनुसार जेव्हा आपण आपल्या श्रद्धा आणि विचार समजून घेतो आणि आपल्या ऊर्जा जेव्हा आपण पृथ्वी आणि विश्वाशी समरूप करतो तेव्हा 'हेतू' ला सर्वाधिक महत्व असते.

एखाद्याच्या मानसिक क्षमतांचा शास्त्रियदृष्ट्या अभ्यास करताना जसं की लॉ ऑफ अ‍ॅट्रॅक्शन, प्रार्थना, सत्कर्म, मेडीटेशन, अ‍ॅफरमेशन इत्यादी आपल्या हे लक्षात येतं की हेतू सर्वाधिक महत्वाचा आहे.

आपला 'हेतू' हा टेलिपॅथीमध्ये महत्वपूर्ण भुमिका पार पाडतो. जेव्हा आपण संपूर्ण मनापासून एखाद्या प्राण्याशी संवाद साधायचं ठरवतो तेव्हाच आपण खऱ्या अर्थाने टेलिपॅथिक संवाद साधू शकतो.

थोडक्यात सांगायचं झालं तर टेलिपॅथी आणि हेतू हे नेहमीच हातात हात घालून चालतात, एकाशिवाय दुसऱ्याची कल्पना करणं अशक्य आहे. ही कल्पना सुरूवातीलाच पूर्णपणे समजून घेतली की या पुस्तकामध्ये चर्चा केलेल्या इतर कल्पना समजून घेणं आणि अंमलात आणणं सोपं जाईल.

हेतू इतकीच कृती देखिल अत्यंत महत्वाची आहे. प्राण्यांशी संवाद साधताना जेव्हा त्यांना आपला हेतू लक्षात येतो तेव्हा त्यांच्याशी संवाद साधणं सोपं जातं. संवादाची सुरूवात करताना सुयोग्य पावलं उचलली की तुम्ही संदेशाची देवाणघेवाण सुलभरितीने करू शकता.

२. ॲनिमल कम्युनिकेशन आणि टेलिपॅथी

यापूर्वी सांगितल्याप्रमाणं टेलिपॅथिक संवाद हा दूरवरच्या प्राणिमात्रांशी साधलेला संवाद असतो. याद्वारे आपण जमिनीवरील प्राण्यांसोबतच निसर्ग, झाडं, पक्षी, वनस्पती यांच्याशीही संवाद साधू शकतो.

मूलतः टेलिपॅथी म्हणजे दोन आत्म्यांमधील संवाद आहे ज्यामध्ये संदेशाचे आदानप्रदान होते. टेलिपॅथीक संवाद काळ, जागा, प्राणीमात्र किंवा शारीरिक अस्तित्व यासारख्या गोष्टींमध्ये अडकून रहात नाही, तो या सगळ्याच्या पलिकडचा आहे.

ॲनिमल कम्युनिकेशन हा टेलिपॅथीचा एक प्रकार आहे. परंतू टेलिपॅथीचा विस्तार बराच मोठा आहे. जेव्हा आपण प्राण्यांशी संवाद साधण्यामध्ये प्रवीण होतो तेव्हा आपण आपले कौशल्य अन्य प्राणिमात्रांशी टेलिपॅथिकली संवाद साधण्यासाठी वापरू शकतो.

एकदा का तुम्ही प्राण्यांशी संवाद साधण्यामध्ये प्रवीण झालात की तुम्ही त्यांच्याशी कधीही, कुठेही आणि कसाही संवाद साधू शकता. हा आत्म्याचा आत्म्याशी असलेला संवाद असल्यानं याला कोणतीही शारीरिक बंधनं उरत नाहीत.

३. प्राण्यांच्या इच्छेचा आणि दृष्टीकोनाचाही आदर करा

ॲनिमल कम्युनिकेटर बनण्याचा एक खूप मोठा फायदा असा आहे की आपल्याला प्राण्यांच्या दृष्टीकोनाचाही अंदाज येतो. आपण त्यांच्या नजरेतून जगाकडे आणि आयुष्याकडे पाहू शकतो. आणि खरोखरीच हा एक अद्वितीय अनुभव आहे. त्यांच्याकडं सांगण्यासारखं खूप काही असतं आणि त्यांचा अनुभवही समृद्ध असतो. त्यांच्याकडं शहाणपण आणि निसर्गाचं ज्ञान मुबलक प्रमाणात असतं आणि ते नेहमीच आपल्याला मार्गदर्शन करायला तयार असतात.

प्राण्यांच्या निराळ्या दृष्टीकोनाचा आणि इच्छेचा विचार करणं ही ॲनिमल कम्युनिकेटर म्हणून आपली जबाबदारी आहे. निसर्ग कोणाच्याही इच्छांमध्ये ढवळाढवळ करत नाही आणि आपणही ती करू नये.

वरील गोष्टी लक्षात घेऊन ॲनिमल कम्युनिकेटर म्हणून आपण प्राण्यांच्या आणि त्यांच्या पालकांमधील दुवा बनायला हवं. आपण संवाद साधण्यासाठी त्यांच्यावर जबरदस्ती करू शकत नाही, त्यांना आज्ञा करू शकत नाही किंवा त्यांना सूचनाही देऊ शकत नाही. आपण फक्त त्यांचं ऐकून घेऊन त्यांच्या मतांना समजू शकतो.

हाच तर टेलिपॅथिक संवादाचा पाया आहे. बऱ्याचवेळा ॲनिमल कम्युनिकेटर या नात्यानं आपल्याला प्राण्यांना त्यांचं वर्तन बदलण्यास किंवा हरवले असले तर घरी परतण्यास सांगा अशी विनंती केली जाते. अशावेळी आपल्याला प्राण्यांच्या मतांचा, इच्छांचा आदर करणं अतिशय आवश्यक आहे. त्यांचा दृष्टिकोन आपल्यापेक्षा निराळा आहे याची आपण जाणीव ठेवायला हवी. आपण त्या प्राण्यांचे प्रवक्ते आहोत आणि आपण त्यांच्याशी इमान राखायलाच हवं.

एकदा माझ्या टोटो नावाच्या कासवानं अन्नत्याग केला. तो खेळत होता, निरोगी होता पण काही खात नव्हता. मला वाटलं त्याला पचनाचा काही त्रास होतोय किंवा त्याला काही शारीरिक त्रास होतोय आणि म्हणून त्याची अन्नावरची वासना उडाली आहे.

टोटोनं मला खात्री दिली की त्याला काहीही झालं नाहीये, त्यानं स्वत:हून अन्नत्याग केला आहे आणि लवकरच तो पहिल्यासारखं अन्न घ्यायला सुरूवात करेल. मला काही केल्या हे पटत नव्हतं आणि म्हणून मी त्याला प्राण्यांच्या डॉक्टरांना दाखवायचा निर्णय घेतला. डॉक्टरांनी सांगितलं की त्याला काहीही झालं नाहीये.

काही दिवसांनी टोटोनं पूर्वीसारखंच खायला सुरूवात केली. हे बघून मला अतिशय हायसं वाटलं, आणि मी त्याचे मनापासून आभार मानले. तेव्हा त्यानं मला सांगितलं, ' बघ मी तुला सांगितलं होतं ना !'

ही गोष्ट सांगण्याचा हेतू असा आहे की प्राण्यांचा दृष्टिकोन वेगळा असू शकतो हे आपल्या लक्षातच येत नाही. प्रत्येक प्राण्याची एक विशिष्ठ जीवनशैली, आरोग्ययंत्रणा असते. त्यांच्या बऱ्याचशा नैसर्गिक सवयी अशा असतात ज्या माणसांना बऱ्याचवेळेला समजत नाहीत.

ॲनिमल कम्युनिकेटर या नात्यानं आपल्याला त्यांच्या विश्वाबद्दल, अनुभवांबद्दल आणि दृष्टीकोनांबद्दल अधिक माहिती मिळते. त्यांच्या दृष्टीकोनाचा आणि इच्छेचा आदर करणं हे प्राण्यांशी संवाद साधताना अतिशय महत्वाचं आहे.

४. एखाद्या पोकळ हाडाप्रमाणं वागा

एखादं पोकळ हाड किंवा माध्यम, माहिती फक्त आहे तशी त्यामध्ये कोणताही फेरफार न करता पुढे पाठवतं. आपण प्राणी आणि त्यांच्या पालकांमधलं फक्त एक माध्यम असतो. आपण जेव्हा आपल्या किंवा अन्य कोणाच्या प्राण्यांशी संवाद साधतो तेव्हा आपली वैयक्तिक मतं, प्राधान्यक्रम बाजूला ठेवायला हवेत.

ॲनिमल कम्युनिकेटर या नात्यानं आपण फक्त प्राणी आणि त्यांच्या पालकांमधील संदेश पोहोचवणारं माध्यम असतो ज्यामध्ये आपण आपली वैयक्तिक मतं बाजूला ठेवणंच श्रेयस्कर.

सुरूवातीला केवळ एक माध्यम म्हणून त्रयस्थपणे काम करणं अवघड जाऊ शकतं पण जसजसा काळ पुढे जातो आणि आपला चांगला सराव होतो तसतशी आपल्याला त्याची सवय होते. प्राण्यांशी खराखुरा आणि प्रभावी संवाद होण्यासाठी निसर्ग आणि प्राण्यांच्या ज्ञानाला आणि हुशारीला संपूर्णपणे शरण जायला हवं. त्यांच्या इच्छा आणि दृष्टीकोनावर संपूर्ण विश्वास ठेवायला हवा आणि त्यांच्याशी समान पातळीवर जाऊन वागायला हवं.

प्राण्यांकडून आलेला संदेश पोहोचवताना एक माणूस म्हणून आपली स्वत:ची कारणं आणि वैविध्य त्यांमध्ये येणं अगदी स्वाभाविक आहे. प्राण्यांकडून प्राप्त झालेला संदेश आपल्याला कितीही संदिग्ध आणि निरूपयोगी वाटला तरी तो आहे त्या स्वरूपात त्यांच्या पालकांपर्यंत पोहोचवायला हवा.

यासोबतच महत्वाची बाब म्हणजे आपण आपल्याला मिळालेली माहिती जशीच्या तशी कोणताही अर्थ न लावता पोहोचवायला हवी. उदाहरणार्थ, तुमच्या एखाद्या 'ओपन एंडेड' (वर्णनात्मक प्रश्न) प्रश्नाला जर कुत्र्यानं उत्तरादाखल मांसानं भरलेला बाऊल असा संदेश पाठवला तर तो संदेश जसाच्या तसा त्याच्या पालकांपर्यंत पोहोचवायला हवा.

परंतू आपण जर या माहितीचा अर्थ लावायचा प्रयत्न केला (जसं की कुत्र्याला मांस आवडतं किंवा अधिक हवं आहे किंवा त्याला त्याचा कंटाळा आला आहे) तर आपण आपलं काम योग्य प्रकारे करत नाहीये. याच्या उलट जर आपण त्याला काही नेमके प्रश्न विचारले जसं की, "तुझा आवडता अन्नपदार्थ कोणता

आहे? तुला भूक लागली आहे का? तुला काय खायला आवडेल? किंवा तुझं पोट कशामुळं बिघडलं आहे?", यासारख्या प्रश्नांच्या उत्तरादाखल जर त्यानं मांसानं भरलेला बाऊल असा संदेश पाठवला तर मात्र त्या प्रश्नाचं उत्तर तेच आणि एकच आहे असं समजावं.

प्राण्यांवरच्या प्रेमापोटी त्यांचे पालक आपल्याला त्यांच्या संदेशाचा आपल्याला समजलेला अर्थ सांगायची विनंती करतील किंवा त्यांच्या प्राण्यांकडून जबरदस्तीनं माहिती काढून घ्यायला सांगू शकतील. अशा वेळी आपण खाली दिलेल्या मुलभूत गोष्टी लक्षात ठेवायला हव्यात.

ॲनिमल कम्युनिकेशनच्या माध्यमातून आपल्याला प्राण्यांचा दृष्टिकोन लक्षात येतो. आपण प्राण्यांनी दिलेल्या संदेशाचा अर्थ लावायचा प्रयत्न न करता किंवा जबरदस्तीने त्यांच्याकडून कोणतीही माहिती काढून न घेता फक्त त्यांचा संदेश मूळ रूपात पोहोचवणं हेच आपलं काम आहे.

५. प्रत्येकाची पद्धत निराळी असते

यापूर्वी सांगितल्याप्रमाणं ॲनिमल कम्युनिकेशन करताना प्रत्येकाची पद्धत, दृष्टिकोन जरी निरनिराळा असला तरी मुलभूत संकल्पना समानच असते.

मी आजवर जगभरातल्या अनेक प्रोफेशनल, अनुभवी ॲनिमल कम्युनिकेटर्सकडून प्रशिक्षण घेतलं आहे आणि अनेक व्यावसायिक कम्युनिकेटर्सशी संवाद साधला आहे. प्राण्यांशी संवाद साधतानाची (सुरूवात, मध्य आणि शेवट) प्रत्येकाची पद्धत यामध्ये मला बरंच वैविध्य आढळून आलं आहे.

उदाहरणार्थ, माझ्या एका गुरूंनी मला प्राण्यांशी संवाद साधण्यापूर्वी किमान वीस मिनीटे मेडीटेशन करण्याचा सल्ला दिला आहे. काहीजणांना हे जमत असेल पण माझ्यासारख्या काहीजणांना हे फारच अवघड वाटतं. यामध्ये चूक असं काहीच नाहीये. माझ्यासाठी जे तंत्र उपयुक्त ठरतं त्यापेक्षा हा सल्ला निराळा आहे इतकंच.

माझ्या दृष्टीनं माणसांशी संवाद साधणं आणि प्राण्यांशी संवाद साधणं हे एकाच प्रकारचं आहे. मी जितकी ही प्रक्रिया सुलभरितीने करते तितकं मला संवाद साधणं सोपं जातं.

तुम्ही तुमची स्वतःची अशी पद्धत वापरावी असं मी तुम्हाला कळकळीनं सांगू इच्छिते. जर तुमचा दृष्टिकोन दुसऱ्या कम्युनिकेटर्सच्या दृष्टीकोनाशी जुळत नसेल तर तुम्ही इतर त्यांची पद्धत अनुसरू नये असं माझं तुम्हाला सांगणं आहे.

६. हे परस्पर सहमतीनं केलं जाणारं संभाषण आहे

ॲनिमल कम्युनिकेशन हे मूलतः प्राणी आणि त्यांचे पालक यांच्यामधील संदेश आणि माहितीची देवाणघेवाण आहे. ॲनिमल कम्युनिकेशन ही संकल्पना टॅरोट कार्ड रिडींग, सायकिक मिडीयमशिप, ॲस्ट्रॉलॉजी किंवा यासारखे अन्य काही ज्यामध्ये संदेशाचा अर्थ लावणे हाच मूळ गाभा आहे यापेक्षा खूपच निराळी आहे.

ॲनिमल कम्युनिकेशन हे मूलतः प्राणी आणि त्यांचे पालक यांच्यामधील संदेश आणि माहितीची देवाणघेवाण आहे, जिथं आपल्याला समजलेल्या माहितीचा अर्थ लावायचा नसतो.

हाच तर 'रिडींग' आणि टेलिपॅथिक कम्युनिकेशनमधला फरक आहे. कोणतंही संभाषण परस्परसहमतीनंच होतं आणि त्यामध्ये दोन्हीही बाजू स्वेच्छेनं आणि बरोबरीनं सहभागी होतात. इथं कोणत्याही प्रकारचं 'रिडींग' होत नाही. हा दोन ऊर्जांमधील संवाद असतो.

कम्युनिकेटर हा फक्त प्राण्याच्या सहमतीने माहितीचे आदानप्रदान करणारं माध्यम असतो, अगदी एखाद्या पोकळ हाडासारखा. या आदानप्रदानासाठी कम्युनिकेटरची देखिल सहमती असते. हा संवाद प्राणी आणि कम्युनिकेटर यांच्या परस्पर सहमतीनं होतो. कम्युनिकेटरला कोणती माहिती द्यायची हे मात्र प्राणी स्वतःच ठरवतो.

ते स्वत:बद्दल किंवा त्यांच्या पालकाच्या सवयीबद्दल त्यांना जितकी योग्य आणि सुरक्षित वाटेल तितकीच माहिती देतात. त्यामुळं ॲनिमल कम्युनिकेशनचे प्राणी आणि त्यांचे पालक यांच्यावर कोणत्याही प्रकारचे दुष्परिणाम होत नाहीत.

तसंच ॲनिमल कम्युनिकेशनमध्ये कम्युनिकेटरची ऊर्जा कायम राहते, संवाद झाल्यानंतर तो गळून जात नाही. जर आपल्याला गळून गेल्यासारखं जाणवलं तर आपण स्वत:ची आंतरिक ऊर्जा आणि संवादामधील समरसता तपासून पहायला हवी. संभाषणादरम्यान माध्यमाच्या ऊर्जेचा क्षय होत नाही. प्राण्यांनी दिलेली माहिती पोहोचवणारे आपण केवळ एक माध्यम असतो.

७. स्वत:ची पद्धत विकसित करा

हे पुस्तक वाचताना तुमच्या लक्षात येईल की, प्रत्येकाची ज्ञान ग्रहण करायची स्वत:ची अशी खास पद्धत असते. प्रत्येकाचा शिकण्याचा वेग निराळा असला तरी आपण सर्वजण प्राण्यांशी आणि निसर्गाशी संवाद साधायला सारखेच सक्षम असतो.

जे लोक सहजरित्या संवाद साधू शकतात ते आपलं जागृतमन निसर्गनियमांना समर्पित करतात ज्यामुळं ऊर्जेचे हस्तांतरण सुरक्षितपणे होण्यास मदत होते. ज्यांना संवाद साधायला अडचण येते त्यांना कदाचित हे जमत नसेल.

आपल्याला जर सर्वोत्तम ॲनिमल कम्युनिकेटर बनायचं असेल तर आपल्याला भावेल अशी ज्ञान घेण्याची स्वत:ची अशी एक पद्धत निर्माण केली पाहिजे. या संकल्पनेबाबत स्वत:ची अशी एक विशिष्ठ स्टाईल, दृष्टिकोन विकसित करायला हवा. आपल्या सोयीनुसार केलेल्या सरावानं स्वत:ची अशी एक खास पद्धत घडवायला मदत होते.

प्रकरण ४

कनेक्ट होणे, हेतू निश्चित करणे आणि निसर्गाशी एकरूप होणे (ग्राऊंडींग)

हेतू निश्चित करा

टेलिपॅथिक कम्युनिकेशनमध्ये हेतू हा सर्वात महत्वाचा असतो. संवादाला सुरूवात करण्यापूर्वी आणि माध्यम स्थापित करण्यापूर्वी सुयोग्य पद्धतीनं आपला हेतू निश्चित होणं आवश्यक आहे. एकदा हेतू निश्चित झाला की त्याला कृतीची जोड दिली की मगच संवाद सुरू होऊ शकतो.

दोन बाजूंमधील ऊर्जेचे सकारात्मक हस्तांतरण हे सुनिश्चित हेतू आणि ठोस कृतीचे द्योतक आहे.

**हेतू सुस्पष्ट नसेल तर ऊर्जेचं
हस्तांतरण व्हायला त्रास होतो.**

प्राण्यांसोबत संवादाला सुरूवात करण्यापूर्वी आपण हेतूचे महत्व जाणून घेणं अतिशय आवश्यक आहे. मी माझा हेतू निश्चित करण्यासाठी दोन गोष्टींवर विशेष लक्ष केंद्रीत करते. एक म्हणजे मला कोणाशी संवाद साधायचा आहे आणि दुसरी म्हणजे माझ्या संवादामागचं कारण.

संवाद कोणाशी साधायचा?

जर प्राण्यांशी किंवा त्यांच्या पालकांशी प्रत्यक्ष भेट झाली नसेल तर बऱ्याच लोकांना त्यांच्याशी संवाद साधणं थोडंसं अवघड वाटतं. विशेष माहिती मिळालेली

नसताना दूरच्या अंतरावरच्या प्राण्याशी संवाद साधणं त्यांना आव्हानात्मक वाटतं.

अशाचवेळी आपल्याला सुस्पष्ट हेतू मदत करतो. नाव, वय, लिंग आणि इतर गोष्टी या माणसांसाठी आहेत, ऊर्जेला याची बंधने नाहीत. आपला हेतू स्पष्ट असला की आपण कोणत्याही ऊर्जेच्या फ्रिक्वेन्सीशी एकरूप होऊन संवाद साधू शकतो. आपल्याला आपला हेतू सुस्पष्ट केला पाहिजे आणि आपल्याला या विशिष्ठ प्राण्याशी संवाद साधायचा आहे हे मनामध्ये आणि हृदयामध्ये खोलवर सुनिश्चित केलं पाहिजे.

उदाहरणार्थ मला जर माझ्या दीडशे मैल दूरवर राहणाऱ्या मित्राच्या मांजराशी, चार्लीशी बोलायचं असेल किंवा माझ्या शेजाऱ्याच्या स्नो नावाच्या सशाशी मला बोलायचं असेल तर मला केवळ माझा हेतू सुनिश्चित करावा लागेल आणि माध्यम आपोआप तयार होईल.

मी जिथे राहते त्या परिसरात घुबडांची वस्ती आहे. ते रात्रीच्यावेळी विशेषत: थंडीच्या काळात जोरजोरात आवाज (घुत्कार) करत असतात. अशाच एका रात्री एक घुबड माझ्या बेडरूमच्या बंद खिडकीवर येऊन बसले होते आणि जोरजोरात घुत्कारत होते. त्याचा कर्कश आवाज रात्रीच्या निरव शांततेत अधिक प्रखरपणे जाणवत होता.

मला त्याचं नाव किंवा ते कसं दिसतं हे माहिती नव्हतं. मी केवळ ज्याचा आवाज ऐकतीय त्या घुबडाशी संवाद साधायचा हेतू सुनिश्चित केला. आणि क्षणार्धात आमचे कनेक्शन झालं. त्यानंतर मी नम्रपणे त्या घुबडाला त्याची जागा बदलण्याची विनंती केली आणि लगेचच तो घुत्कार बंद झाला.

यावरून आपल्या हेच लक्षात येतं की टेलिपॅथिक संवाद साधताना नाव, वय, लिंग, रंग आणि भौगोलिक स्थान या सगळ्याची गरज भासत नाही.

मी बऱ्याच प्राणीमित्रांशी संवाद साधला आहे जे जवळपास चारशे प्राण्यांना दररोज खाऊ घालतात. साहजिकच त्यांना प्रत्येक प्राण्याचे नाव किंवा प्रतिमा आठवत नाही.

अशाच एका प्राणीमित्रानं माझ्याशी संपर्क साधला आणि एका गाडीखाली लपलेल्या आजारी मांजराशी संवाद साधायची विनंती केली. त्यानं सांगितलं की त्याला त्या मांजराचं नावही माहिती नाही आणि त्याच्याकडे त्याचा फोटो देखिल नाही पण तरीही मी त्या मांजराशी बोलू शकते का असं त्यानं मला विचारलं.

हा प्राणीमित्र ज्या मांजराबद्दल बोलत आहे त्याच्याशी मला संवाद साधायचा आहे असा हेतू मी सुनिश्चित केला आणि त्या मांजराशी माझं कनेक्शन झालं. त्या मांजराने मग प्राणीमित्राकडून त्याच्या काय अपेक्षा आहेत हे कळवलं आणि त्यामुळं तो प्राणीमित्र तिला मदत करू शकला.

हे प्रत्येक प्राण्याबाबत घडू शकते मग तो जवळ असू दे किंवा दूर असू दे, जिवंत असू दे किंवा मृत आणि किंबहुना अशा प्राण्यांबाबत देखिल जे आपल्याला यापूर्वी कधीही भेटले नाहीत. जर आपला हेतू सुनिश्चित असेल आणि त्यानुसार कृती केली असेल तर टेलिपॅथिक संवादामध्ये कधीही क्रॉस कनेक्शन होत नाही.

हेतू सुनिश्चित करणं हे कदाचित आपल्याला अमानवी वाटत असेल पण आपण हे नेहमीच करतो, अगदी शाब्दिक संवाद साधताना देखिल. कोणालाही काहीही सांगण्यापूर्वी आपण आपोआपच सवयीनं कोणाशी बोलायचंय आणि काय बोलायचंय हा हेतू निश्चित करतो.

परंतू शाब्दिक संवाद साधताना इतक्या वर्षांच्या सवयीनं हे आपोआपच घडून जातं. अगदी अशाचप्रकारे टेलिपॅथिक संवाद साधतानाही आपल्याला जसजसा सराव होत जाईल तसतसा आपला हेतू सुरूवातीलाच निश्चित झाल्याचा आपल्याला प्रत्यय येईल.

माझ्या वर्कशॉप आणि कोर्सेसचा एक भाग म्हणून मी नेहमीच माझ्या विद्यार्थ्यांना अगोदर हेतू सुनिश्चित करायला सांगते. आणि त्यांना हे देखिल सांगते की हेतू निश्चित करण्यासाठी वय, नाव, लिंग किंवा त्यांचा फोटो याचा उपयोग करू नका.

आपल्याला कोणाशी संवाद साधायचा आहे हे फक्त स्वत: ला आणि विश्वाला सांगा आणि खात्री बाळगा की आपण आपोआप त्यांच्या फ्रिक्वेन्सीसोबत

कनेक्ट होऊ. वय, नाव, लिंग किंवा प्राण्यांची प्रतिमा असे तपशील हेतू बळकट करायला नक्कीच मदत करतात परंतू प्रभावी सराव करताना यांचं सहाय्य न घेता हेतू निश्चित करण्यासाठी तुमच्या मनाला प्रशिक्षित करा.

संवाद का साधायचा?

आपण प्राण्याशी संवाद साधायचं कारण कदाचित त्यांच्या पालकानी आपल्याला विनंती केली असेल किंवा आपल्याला स्वत:ला मनापासून वाटलं असेल किंवा प्राण्याला आपल्या मदतीची गरज आहे असं वाटल्यानं आपल्याला अधिक माहिती घ्यावीशी वाटत असेल यापैकी काहीही असू शकतं.

हा संवाद सुरू करण्यासाठीचं कारण किंवा हेतू कोणताही असला तरी आपण त्याच कारणाला धरून न राहता आणि आपल्याला मिळणाऱ्या अन्य माहितीकडे दुर्लक्ष न करता संवाद साधला पाहिजे. मी मात्र **प्राण्याला मला जे काही सांगायचं आहे** ते ऐकण्याचा हेतू निश्चित करून त्याच्याशी संवाद साधायला सुरूवात करते.

परंतू आपण प्राण्याला नेहमीच विशिष्ठ प्रश्न विचारून आपल्याला किंवा त्याच्या पालकांना जी उत्तरं हवी आहेत त्या दिशेनं संभाषणाला योग्य दिशा देऊ शकतो. या मार्गानं आपण कोणतीही महत्वाची आणि संबंधित माहिती वगळत तर नाहीच आणि आपला संभाषणाचा हेतूही अधिक सुस्पष्ट होतो.

ग्राऊंडींग (निसर्गाशी एकरूप होणे)

ग्राऊंडींग म्हणजे आपल्या मुळांशी, निसर्गाशी पुन्हा एकदा कनेक्ट होणे. मानसिकदृष्ट्या सांगायचं झालं तर ग्राऊंडींग म्हणजे आपल्या सर्व जाणिवा जागृत असणं, सजगपणे कृती करणं आणि वर्तमानात जगणं. भौतिकदृष्ट्या सांगायचं झालं तर ग्राऊंडींग म्हणजे भुमीच्या संपर्कात राहणं.

मला समजलेली ग्राऊंडींगची व्याख्या म्हणजे:

- वर्तमानात जगणं
- सजगपणे कृती करणं

- आपल्या मनात येणारे स्वैर विचार न थांबवता किंवा न टाळता त्यांचा स्वीकार करणं
- आपल्या सर्व जाणिवा जागृत असणं

ग्राऊंडींग अनुभवण्याचा सर्वात सोपा मार्ग म्हणजे निसर्गाच्या सानिध्यात राहणं जसं की अनवाणी पायांनी मातीवरून चालणं. संगमरवरी किंवा टाईल्स असलेल्या जमिनीवर किंवा डांबरी रस्त्यावर चालणं म्हणजे ग्राऊंडींग नव्हे. असं असलं तरी कोणत्याही पृष्ठभागावर चालण्याने आपली ऊर्जा आपल्याशी संरेखित व्हायला मदत होते.

इतर प्राण्यांच्या तुलनेत माणसाचा मातीशी संपर्क खूपच कमी झाला आहे. इतर प्राण्यांचा मात्र मातीशी आणि त्यांच्या नैसर्गिक निवासाशी अनेक प्रकारे संपर्क येतो.

उदाहरण सांगायचं झालं तर सापांना आपण सर्वाधिक ग्राऊंडेड (निसर्गाशी एकरूप) प्राणी म्हणू शकतो कारण त्यांच्या शरीराचा बराचसा भाग नेहमीच मातीच्या संपर्कात असतो.

एक वारंवार विचारला जाणारा प्रश्न म्हणजे पक्षी आणि मासे ग्राऊंडेड आहेत की नाहीत? मासा पाण्यात असतो आणि पक्षी हवेत. पक्ष्यांचं घरटं देखिल झाडावर असतं. ते दोघेही निसर्गाच्या सानिध्यात रहात असल्यामुळं ते ग्राऊंडेड असतातच.

प्राण्याशी संवाद साधताना आपल्या सर्व अंतर्गत आणि बाह्य जाणिवा जागृत असणं, आपण मानसिकदृष्ट्या ग्राऊंडेड असणं, निसर्गाशी एकरूप असणं अत्यंत आवश्यक असतं. यामुळं आपल्या जाणिवा जागृत व्हायला मदत होते आणि अगोदर सांगितल्या प्रमाणं त्याचा उपयोग आपण टेलिपॅथीचं माध्यम म्हणून करू शकतो. अशा प्रकारे ग्राऊंडींग हे आपल्याला प्रभावी संवाद साधण्यासाठी मदत करते.

ग्राऊंडींग म्हणजे मेडीटेशनचा अथवा श्वसनाचा एक प्रकार किंवा आपले विचार संरेखित करून प्राण्यांशी संवाद साधण्यासाठी स्वत:ची मानसिक तयारी करणं. आपण हे ग्राऊंडींगचा, निसर्गाशी एकरूप होण्याचा हेतू निश्चित करूनही साध्य करू शकतो.

एक दीर्घ श्वास घ्या, हेतू निश्चित करा आणि जेव्हा आपण श्वास सोडू तेव्हा आपल्याला ग्राऊंडींग करणं शक्य होईल. लक्षात घ्या, हेतू निश्चित झाला की ऊर्जा आपोआप कार्यान्वित होते. एकदा का आपण आपला हेतू निश्चित केला की आपण निसर्गाशी एकरूप होऊ शकतो.

आपण जेव्हा एखादी गोष्ट करत असतो तेव्हा इतर अवयवांचं कार्य थांबावं अशी आपण अपेक्षा करत नाही. आपण मेडीटेशन करताना किंवा सचेतन अवस्थेत असताना इतर सर्व विचार थांबवायची विनंती करण्याची गरज नाही.

आपल्या मनात येणारे सर्व विचार दूर लोटण्याची किंवा पूर्णपणे थांबवण्याची काहीच गरज नाही, विचार येत राहू द्या, ऊर्जा प्रवाहीत होऊ द्या. आपल्या विचारांचा स्वीकार करा, आजुबाजूच्या वातावरणाची जाणीव ठेवा, आपली मन:स्थिती सहज राहू द्या आणि आपण काय विचार करत आहोत याची जाणीव राहू द्या. हे केल्यानं तुम्ही नेहमीच वर्तमानात रहाल.

ह्या ठिकाणी सर्वात महत्वाची बाब म्हणजे हेतू निश्चित करणं. तुमच्या ऊर्जा संरेखित करा, तुमच्या हेतूवर लक्ष एकाग्र करा आणि स्वत:ला प्रवाहामध्ये झोकून द्या. तुम्ही स्वत:च्या मनाला शांत करण्याचे आणि प्राण्यांसोबत संवाद साधण्यासाठी स्वत:ला तयार करण्याचे तुम्हाला आवडतील असे मार्गही चोखाळू शकता. आणि पाहतापाहता तुम्ही टेलिपॅथिक संवादासाठी तयार होऊ शकाल.

ग्राऊंडींग म्हणजेच निसर्गाशी एकरूप होणं, हे केवळ ॲनिमल कम्युनिकेशनपुरतं मर्यादित न ठेवता त्याला रोजच्या जीवनाचं एक अंग बनवा. मन आणि शरीराच्या प्रत्येक आयामासाठी हे उपयुक्त आहे.

प्राण्यांचे स्वत:चे असे काही ठराविक दिनक्रम आहेत ज्यामुळं त्यांना निसर्गाशी एकरूप व्हायला मदत होते. आपण कदाचित कुत्र्यांना झोपण्यापूर्वी जमिन खणताना पाहिलं असेल किंवा मांजरांना मध्येच कधीतरी आपले चारही पाय जमिनीवर मस्तपैकी ताणताना पाहिलं असेल. अशा छोट्या छोट्या गोष्टींमधूनच ते निसर्गाशी एकरूप होत असतात.

आपणही काही अशा कृती करू शकतो ज्यामुळं दिवसभरात आपण निसर्गाशी एकरूप होऊ शकतो. कुठलीही अशी गोष्ट जी आपल्याला वर्तमानात जगायला शिकवते आणि आपल्या जाणिवा जागृत करते ती गोष्ट आपल्याला निसर्गाशी एकरूप करायला मदत करते.

कदाचित मस्त शॉवरखाली केलेली आंघोळ, हस्तकला, संगीत ऐकणं किंवा व्यायाम करणं यामुळं आपल्याला ग्राऊंडींगसाठी मदत होऊ शकते. प्रत्येक व्यक्तीची निसर्गाशी एकरूप होण्याची स्वत:ची अशी एक पद्धत असते आणि आपली पद्धत आपण स्वत:च शोधून काढायची असते.

आणि म्हणूनच घरामध्ये सोबतीला प्राणी असणं हे बऱ्याच जणांसाठी निसर्गाशी एकरूप होण्यासारखं असतं. कारण जेव्हा आपण त्यांच्यासोबत वेळ घालवतो तेव्हा आपण तो क्षण जगत असतो. आपल्या सर्व अंतर्गत आणि बाह्य जाणिवा जागृत होत असतात.

ग्राऊंडींग हे एक असं तंत्र आहे ज्यामुळं आपल्याला संवाद साधायला मदत होते. परंतू याचा वापर आपण अशाप्रकारे करता कामा नये ज्यामुळं संवाद थांबेल.

बऱ्याचवेळा मी कम्युनिकेटर्सना सांगताना ऐकलं आहे की ते स्वत: निसर्गाशी एकरूप होऊ शकत नसल्यानं त्यांना प्राण्यांशी संवाद साधायला अडचण येते. केवळ निसर्गाशी एकरूप व्हायचं आहे हा हेतू निश्चित करूनही आपण ग्राऊंडींग साध्य करू शकतो. त्यामुळं ग्राऊंडींग हा आपल्या संवादामध्ये कधीच अडथळा बनू शकत नाही.

एकदा का आपण टेलिपॅथिक कम्युनिकेशनचा नियमित सराव सुरू केला की ग्राऊंडींग ही आपल्यासाठी मुलभूत बाब बनून जाते, त्यासाठी आपल्याला वेगळं असं काही करावं लागत नाही.

प्रकरण ५

प्राथमिक तयारी

गेली अनेक वर्षं जगभरातल्या प्राण्यांशी आणि निसर्गाशी संवाद साधताना माझ्या हे लक्षात आलं आहे की संवाद साधण्यासाठी असा कोणताही एकच 'ठोस नियम' नाही. खरंतर जगभरातल्या सर्व ॲनिमल कम्युनिकेटर्सनी संवादाची सुरूवात, मध्य आणि शेवट करायची स्वतःची अशी एक विशिष्ठ पद्धत विकसित केलेली असते आणि त्यांनी वर्षानुवर्षं सराव करून यावर प्रभुत्व मिळवलेलं असतं.

परंतू मला हे देखिल माहिती आहे की माणसाला प्राण्यांशी संवाद साधण्यासाठी आपलं सुप्त मन आणि टेलिपॅथिक क्षमता यांचा वापर करावा लागतो या कल्पनेवर विश्वास ठेवणं जड जातं. मी जेव्हा नवागतांना त्यांच्या सुप्त मनाचा उपयोग करायला सांगते तेव्हा ते बऱ्याचवेळा कचरताना आणि साशंक झालेले दिसतात.

आधुनिक जगातल्या दिनक्रमानं आपल्या मनाला अधिक व्यावहारिक आणि शिस्तशीर आयुष्य जगायला शिकवलं आहे. परंतू यामुळं आपण आपल्या नैसर्गिक क्षमतांचा आणि आपल्या मधल्या सुप्त टेलिपॅथिक क्षमतांचा संपूर्ण वापर करत नाही.

वेळ, संयम आणि सरावानी तुम्ही आपोआप आणि सहजरित्या प्राण्यांशी संवाद साधायला शिकाल.

माझ्या अनुभव आणि ज्ञानानुसार माझ्या लक्षात आलं आहे की अनेक नवागतांना संवाद साधताना आपल्या नैसर्गिक अंत:प्रेरणेनुसार वागण्या ऐवजी एखादी पद्धत किंवा एखादा विशिष्ठ क्रम ठेवायला आवडतो.

आणि म्हणूनच प्राण्यांशी संवाद साधण्याला सुरूवात करण्यासाठी मी तुमच्या समोर काही संकल्पना मांडत आहे. मी तुम्हाला पुन्हा एकदा हे सांगू इच्छिते की हा काही एकमेव मार्ग नाही.

तुम्ही यामध्ये स्वतःच्या अशा काही संकल्पना घालू शकता, काही काढून टाकू शकता किंवा काही सुधारून पुन्हा वापरू शकता. किंवा या सर्व संकल्पना रद्द करून तुमच्या स्वतःचे काही आराखडे बनवू शकता.

तुमचे प्राणी, तुमचा संवाद आणि तुमची निवड

१. सुरक्षित वातावरण बनवा

संवादासाठी सुरक्षित वातावरण बनवल्यामुळं प्राण्यांचा कम्युनिकेटर म्हणून आपल्यावरचा विश्वास दृढ होतो. यानंतर ते मनामध्ये कोणतीही शंका न आणता संपूर्ण विश्वासानं आपल्याशी माहितीची देवाणघेवाण करतात. त्यामुळं ही पायरी तितकिशी महत्वाची वाटत नसली तरी मी याची नक्कीच शिफारस करेन.

आपलं संभाषण गोपनीय रहावं आणि सर्व सहभागी प्राणीमात्रांच्या भल्यासाठी असावं अशी आपण आपल्या मार्गदर्शकाला विनंती करून आपण ही सुरक्षित जागा बनवू शकतो. ही विनंती आपण देवाला, गुरूंना, देवदूतांना, निसर्गाला किंवा आपल्या अंतर्मनाला करू शकतो.

मी जेव्हा प्राण्यांशी संवाद साधायचा हेतू निश्चित करते तेव्हा मी निसर्गाला हे संभाषण सुरक्षित करण्याची वैयक्तिक विनंती करते. खासकरून जेव्हा दूरच्या अंतरावर असणाऱ्या, न पाहिलेल्या किंवा ओळखीच्या नसणाऱ्या प्राण्यांशी संवाद साधते तेव्हा विशेष सुरक्षिततेची काळजी घेण्याची विनंती करते. यामुळं माझे त्यांच्याशी भावबंध जुळायला मदत होते आणि हे सगळं अवघ्या काही क्षणात घडतं.

आपण हे आपल्या हेतूचा एक भाग म्हणूनही करू शकतो. मी नेहमीच माझा हेतू निश्चित करून निसर्गाला हे संभाषण सुरक्षित करण्याची विनंती करते ज्यामुळं आम्ही सुरक्षित राहू आणि आमच्या संभाषणामध्ये सहभागी असणाऱ्या सर्वांचं भलं होईल.

या पद्धतीमुळं प्राण्यांना मोकळं व्हायला मदत होते आणि ते अतिशय सुरक्षित आहेत याची त्यांना खात्री होते. तुमच्या स्वत:च्या किंवा तुमच्या ओळखीच्या प्राण्यासोबत संवाद साधताना या पद्धतीची जितकी गरज आहे त्यापेक्षा अनोळखी प्राण्यांशी संवाद साधताना याची जास्त गरज आहे. पण आपण आपल्या सर्वच संवादांच्या वेळी हे करू शकतो. लक्षात घ्या फक्त हेतू महत्वाचा आहे.

२. संभाषणाला सुरूवात करा

आता आपण या विषयाच्या मूळ गाभ्याला हात घालत आहोत. ज्या क्षणी आपण हेतू निश्चित करतो त्याक्षणी आपलं प्राण्यांशी कनेक्शन जुळतं. माझा तुम्हाला असा सल्ला आहे की तुम्ही प्राण्याशी कनेक्ट झाला आहात याची स्पष्ट जाणीव होईपर्यंत वाट बघू नका. आपण प्राण्यांशी नेहमीच कनेक्टेड असतो, आपल्याला केवळ संभाषणाची सुरूवात करण्याची गरज असते.

मी सर्वसामान्यत: कशाप्रकारे माझ्या संभाषणाला सुरूवात करते हे तुम्हाला सांगते. तुम्ही तुमची स्वत:ची पद्धत विकसित करू शकता. आपण ज्या प्राण्यांना ओळखत नाही त्यांच्याशी संवाद साधताना हे अधिक उपयोगी पडेल. आपल्या स्वत:च्या प्राण्याशी बोलताना आपण अगदी सहजपणे अन्य कुटुंबियांशी संवाद साधतो तसं बोलू शकतो.

स्वत:ची ओळख:

प्राण्याशी संवाद साधताना अगदी थोडक्यात स्वत:ची ओळख करून द्या आणि मूळ मुद्द्याला हात घाला. ज्यानी तुम्हाला प्राण्याशी संवाद साधायची विनंती केली आहे ते पालक किंवा तुम्हाला त्या प्राण्याशी कनेक्ट करून देणारे कोणतेही माध्यम हा तुमचा संदर्भबिंदू असू शकतो.

संमती विचारा:

तुमची ओळख करून दिल्यानंतर तुम्ही त्या प्राण्याची संमती विचारा. ही केवळ एक औपचारिकता आहे, कारण प्राणी संवादासाठी **कधीही नकार देत नाहीत.**

आपण जेव्हा माणसांशी संवाद साधतो तेव्हा जी सर्व औपचारिकता पाळतो तशीच प्राण्यांसोबत संवाद साधतानाही पाळायला हवी.

उदाहरणार्थ, "हाय, माझं नाव अक्षया आहे, तुझ्या पालकांनी मला तुझ्याशी संवाद साधायला सांगितलं आहे. तुला माझ्याशी बोलायला आवडेल का?"

जर एखाद्याच्या पालकांनी तुम्हाला संदर्भ दिला नसेल तर तुम्ही त्यांचं नाव वगळू शकता. नैतिकदृष्ट्या एखाद्या पालकाच्या परवानगी शिवाय आपण त्यांच्या प्राण्याशी संवाद साधता कामा नये.

मी वाचकांना सुचवू इच्छिते की सुरूवातीला त्यांनी प्राण्याची प्रतिमा न पाहताच संवादाला सुरूवात करावी. कोणत्याही प्राण्याशी (दूरवरून किंवा समोरासमोर) सुलभरित्या कनेक्शन जोडण्यासाठी, बळकट करण्यासाठी आणि कायम करण्यासाठी केवळ स्पष्ट हेतू पुरेसा आहे.

छोट्या छोट्या विषयांवर गप्पा मारा:

सुरूवातीला संवाद साधताना थोडं त्यांच्या व्यक्तिमत्वाबद्दल, त्यांना काय आवडतं, काय आवडत नाही याबद्दल जाणून घ्यायचा प्रयत्न करा. त्यांना साधेसोपे हलकेफुलके प्रश्न विचारा जेणेकरून प्राणी बोलते होतील. त्यावेळी तुम्ही शांत राहून त्यांचे संदेश ऐकण्याचा प्रयत्न करा. जर तुम्हाला प्राण्यांकडून प्रश्नांची उत्तरं मिळवण्यात अडचणी येत असतील तर त्यांना नेमके प्रश्न विचारा.

तुमच्या लक्षात येईल की अगदी माणसां प्रमाणंच प्रत्येक प्राण्याचं व्यक्तिमत्व निराळं असतं. काही प्राणी मनमोकळेपणाने चटकन संवाद साधायला तयार होतात, सगळ्या प्रश्नांची उत्तरं देतात, तर काही प्राणी हे अबोल आणि अंतर्मुख असतात.

प्रत्येक प्राण्याचं स्वतंत्र असं व्यक्तिमत्व असतं पण आपण माणसं हे लक्षात न घेता त्यांचं ढोबळमानानं वर्गीकरण करून टाकतो. कृपया त्यांच्या केवळ बाह्य रूपावर जाऊ नका तर त्यांच्या वागण्यावर आणि त्यांच्या गुणविशेषांवर लक्ष केंद्रीत करा.

बाह्य रूपाला केवळ माणसंच भुलतात, निसर्गाच्या मते याला विशेष किंमत नाही. मी अनेक मोठ्या प्राण्यांशी बोलले आहे जे स्वत:ला छोटे समजतात तर काही लहान प्राण्यांना ते खूप मोठे असल्यासारखं वाटतं.

ॲनिमल कम्युनिकेशन हे सर्वस्वी प्राण्यांच्या दृष्टिकोनावर अवलंबून असते आणि एक कम्युनिकेटर म्हणून आपण याचा निश्चितपणे आदर करायला हवा.

तुमची उत्तरं मिळवा:

आता आपण ॲनिमल कम्युनिकेशनच्या सर्वात महत्वाच्या भागाकडे वळूया. या भागामध्ये आपण संदेशांच्या देवाणघेवाणीला सुरूवात करतो, योग्य प्रश्न विचारतो आणि प्राण्यांना मनमोकळेपणाने उत्तर द्यायला उद्‌क्त करतो.

सर्वप्रथम प्राण्यांशी संवाद साधताना खालील काही प्रश्न तुम्ही विचारू शकता:

अ) ओपन एंडेड प्रश्न:

- मला तुझ्या व्यक्तिमत्वाबद्दल, आवडीनिवडींबद्दल, प्राधान्यक्रम, दिनक्रम याबद्दल सांग.
- तुझ्या पालकांबद्दल, त्यांच्या घराबद्दल तुला काय आवडतं, काय आवडत नाही ते सांग.
- तुझे पालक तुला कसे वाटतात? त्यांचं व्यक्तिमत्व कसं आहे?
- तुला तुझ्या पालकांना काही संदेश पोहोचवायचा आहे का?
- तुझी तब्येत कशी आहे? तुला कुठं काही दुखतंखुपतं आहे का?

ब) थेट प्रश्न:

- तुला मित्र आहेत का? ते कोण आहेत?
- तुझं आवडतं अन्न कोणतं आहे?
- तुला काय करायला आवडतं?

कम्युनिकेटर्स या नात्यानं आमचा ठाम विश्वास आहे की आपल्या आयुष्यात संवादाच्या निमित्त्यानं येणारा प्रत्येक प्राणी काही विशिष्ठ कारणानं येतो. मी माझ्या आयुष्यात येणाऱ्या प्रत्येक प्राण्याला विचारते की त्याला मला काही संदेश द्यायचा आहे का? निसर्ग आणि प्राणी हे आपले सर्वात मोठे मार्गदर्शक आहेत. त्यांचा सल्ला आणि मार्गदर्शन हे त्यांच्या पालकांबरोबरच कम्युनिकेटर्ससाठी देखिल अत्यंत महत्वाचं आहे.

आरोग्याबाबत बोलायचं झालं तर प्राणी त्यांच्या जुनाट आणि त्रासदायक दुखण्याबद्दल सांगतील किंवा आत्ता त्यांना काय त्रास होत आहे याबद्दल सांगतील. काही प्राणी त्यांना आत्ता जो विलक्षण त्रास होत आहे कदाचित त्याबद्दलदेखिल सांगू शकतील.

एक व्यावसायिक म्हणून मी वैद्यकीय सल्ला देत नाही, रोगनिदान करत नाही. तुम्हाला प्राण्यांकडून आजाराच्या लक्षणांची कितीही विस्तृत माहिती मिळाली तरी रोगनिदान आणि उपचार या गोष्टी प्राण्यांच्या डॉक्टरवरच सोपवलेल्या बऱ्या.

३. कृतज्ञता व्यक्त करा आणि संभाषणाचा शेवट करा

एकदा का संदेशाचे आदानप्रदान झाले आणि तुमच्या संवादाचा हेतू साध्य झाला की मग प्राण्याचे आभार मानून संभाषणाचा शेवट करा.

संभाषणामध्ये अडथळा येईल अशी कोणतीही कृती करणं जसं की आपल्या तोंडावर पाण्याचा हबका मारणं, एकदम जोरात टाळी वाजवणं किंवा चटकन उठून पाय मोकळे करणं या गोष्टी संभाषण संपुष्टात आणण्यासाठी पुरेशा आहेत. माझ्या बाबतीत सांगायचं झालं तर मी स्वत: प्राण्याचा निरोप घेते आणि संभाषणाचा शेवट करते.

हे जणू काही तुमच्या आणि प्राण्यामधल्या संवादाचा दरवाजा बंद होण्यासारखं आहे, दोरी तुटल्यासारखं किंवा बोलत असताना फोन मध्येच बंद झाल्यासारखं आहे. निरनिराळे कम्युनिकेटर्स संभाषणाचा शेवट करताना वेगवेगळ्या पद्धती वापरतात. आपण नेमकं काय करायचं हे ज्याचं त्यानं ठरवायचं.

४. प्राण्यांचा संदेश पालकांपर्यंत पोहोचवताना

तुम्ही जर इतरांच्या प्राण्यांशी संवाद साधत असाल तर आता त्यांचा संदेश त्यांच्या पालकांपर्यंत पोहोचवण्याची वेळ आलेली आहे. हे करताना खालील काही गोष्टी लक्षात ठेवा:

- शक्य तितक्या काटेकोरपणे, नेमकेपणाने, स्वत: त्याचा अर्थ न लावता जसेच्या तसे प्राण्यांचे संदेश त्यांच्या पालकांपर्यंत पोहोचवा
- त्यांना होत असलेल्या त्रासावरून रोगनिदान करणं टाळा. आपण केवळ त्यांच्या पालकांना प्राण्यांना होत असलेल्या वेदनेबद्दल किंवा त्रासाबद्दल सांगू शकतो, त्या विशिष्ठ जागेबद्दल सांगू शकतो आणि एका सुयोग्य प्राण्यांच्या डॉक्टरांची त्यांना शिफारस करू शकतो.
- एक कम्युनिकेटर म्हणून प्राण्यानं दिलेला प्रत्येक छोटा मोठा किंवा बिनमहत्वाचा वाटणारा संदेशही त्यांच्या पालकांपर्यंत जसाच्या तसा पोहोचवणं हे आपलं कर्तव्य आहे. प्राण्यांनी कम्युनिकेटरला दिलेला वैयक्तिक संदेश पालकांपर्यंत पोहोचवण्याची गरज नाही कारण हे त्या दोघांमधले खाजगी संभाषण असते त्याच्याशी पालकाचा काहीच संबंध नसतो.

माझ्या प्रॅक्टिसमध्ये मी मला मिळालेला संदेश लिहून ठेवते किंवा टाईप करून ठेवते. यामुळं दोन उद्देश साध्य होतात. एक म्हणजे माझं जागृत मन लिखाणा सारख्या कृतीमध्ये व्यस्त होते त्यामुळं जागृत मनाचा कोणताही अडथळा संदेश पोहोचवण्यात येत नाही. आणि दुसरं म्हणजे असं की माझ्याकडून कोणत्याही महत्वाच्या बाबी सुटून जात नाहीत.

मला जर जाणवलं की प्राणी खूपच भराभर संदेश पाठवत आहेत आणि मला नोटस् घेणं अवघड जात आहे तर मी त्यांना त्यांचा वेग थोडा कमी करण्याची विनंती करते.

जर आपण संभाषण संपवल्या नंतरही प्राणी बोलतच असेल आणि आपल्याला दुसरं काही काम करायचं असेल तर आपण नम्रपणे त्यांना संभाषण थांबवण्याची विनंती करू शकतो आणि नंतर बोलायला सांगू शकतो.

आपल्यापर्यंत पोहोचणाऱ्या प्रत्येक गोष्टीबद्दल जागरूक रहा, कोणत्याही संदेशाकडं दुर्लक्ष करू नका. कदाचित हे संदेश तुम्हाला हास्यास्पद, वेडगळ किंवा विचित्र वाटू शकतील पण त्या पालकासाठी याचं महत्व काय आहे हे आपल्याला कदाचित कळणार नाही. त्यामुळं प्रत्येक छोटाछोटा तपशील लिहून ठेवा. जर त्याच्या पालकांना तुम्ही दिलेली माहिती पटत नसेल तर **पुन्हा एकदा प्राण्याशी संवाद साधून संदेशामध्ये सुस्पष्टता आणायला सांगा.**

कोणतंही संभाषण संभ्रमित स्थितीमध्ये किंवा प्राण्याकडून स्पष्ट संदेश मिळाल्या शिवाय थांबवू नका. ते नेहमीच आपल्याला मदत करायला तयार असतात. आपण फक्त त्यांना विचारायची गरज असते. कृपया त्यांना स्पष्ट संदेश द्यायला सांगा. याप्रकारे आपण आपल्याला आलेल्या शंकेचा संभाषण प्रभावी बनवण्याचं साधन म्हणून वापर करू शकतो.

सुरूवातीला कदाचित आपल्याला वाटेल की आपण ब्लँक किंवा ब्लॉक झालो आहोत किंवा आपण संवाद साधू शकत नाहीये. अशा वेळी मी तुम्हाला सुचवेन की शक्य तितके सर्व मार्ग वापरून प्राण्याकडून आपल्या प्रत्येक प्रश्नाचं उत्तर आपल्याला मिळेल हे निश्चित करा. आपल्या जागृत मनाला कदाचित ते आपले तर्क किंवा आपल्या कल्पनेतले संवाद आहेत असं वाटू शकेल पण हरकत नाही.

उत्तर मिळवण्यावर भर द्या, ते उत्तर एखादा शब्द, वाक्य किंवा परिच्छेद का असेना पण तुम्ही उत्तर मिळवलं आहेत याची खात्री बाळगा. माझ्या प्रॅक्टिस दरम्यान मला मिळालेलं हे एक उत्तम तंत्र आहे ज्याच्या मदतीनं मी माझ्या मार्गातले अडथळे दूर करू शकते.

प्रकरण ६

अन्य प्राण्यांशी आणि स्वत: च्या प्राण्यांशी समोरासमोर संवाद

प्राण्यांशी समोरासमोर संवाद करणं हे कितपत निराळं आहे आणि दूरवरून संवाद साधण्यापेक्षा हे जास्त अवघड आहे का असा प्रश्न मला बऱ्याच लोकांनी आजवर विचारला आहे. माझ्या अनुभवानुसार सांगायचं झालं तर दोन्हीमध्ये काही विशेष फरक नाही. परंतू जेव्हा आपण समोरासमोर प्राण्यांशी संवाद साधतो तेव्हा त्यांच्या शारीरिक हालचालींमुळं बऱ्याचवेळा आपलं लक्ष विचलित होऊ शकतं.

माणसांप्रमाणं प्राणी टेलिपॅथिक संवादामध्ये हावभाव किंवा हालचालींद्वारा सक्रिय सहभागी होत नाहीत. टेलिपॅथिक कम्युनिकेशन हा दोन ऊर्जांमधील संवाद असल्यामुळं प्रत्यक्ष शरिराचा त्यात फारच थोडा सहभाग असतो. ते कदाचित काहीतरी वेगळी शारीरिक हालचाल करत असले तरी ते मनानं आपल्या सोबत टेलिपॅथिक संवादामध्ये सहभागी होऊ शकतात.

माझा कुत्रा टँगो झोपलेला असताना मी बऱ्याचवेळा त्याच्याशी बोलते आणि तोदेखिल माझ्याशी संवाद साधतो. याचप्रमाणं मी जेव्हा अन्य प्राण्यांशी देखिल संवाद साधते तेव्हा ते कधीकधी खात असतात, कधी खेळत असतात, पण तरीही माझ्याशी बोलतात.

मी काही अशा प्राण्यांशीही बोलले आहे जे त्यावेळी अत्यंत तीव्र शारीरिक वेदना सहन करत होते किंवा त्यांना आकडी येत होती, काही प्राणी तर मृत्युपंथाला देखिल लागले होते.

या सर्व संवादांदरम्यान प्राण्यांच्या शरीरावर त्याचा कोणताही परिणाम झाला नव्हता आणि कोणत्याही अडथळ्यांशिवाय ते त्यांचे संदेश माझ्यापर्यंत पोहोचवू शकत होते.

आपल्या भावनिक गुंतवणुकीमुळं सुरूवातीला आपल्या स्वत:च्या प्राण्यांशी संवाद साधणं देखिल आव्हानात्मक वाटू शकतं. यासाठी मी एक विशिष्ठ तंत्र वापरते ते म्हणजे त्यांच्यासोबत इंटर्नल डायलॉग (आंतरीक संभाषण).

जेव्हा मी त्यांना प्रश्न विचारते तेव्हा त्यांनी दिलेलं उत्तर मी पटकन शब्दात बोलून दाखवते. सुरूवातीला आपल्याला कदाचित वाटेल की आपण तर्क लढवत आहोत किंवा कल्पना करत आहोत किंवा आपल्या मनानं त्याचा अर्थ लावत आहोत. पण सततच्या सरावानं ही भिती किंवा स्वत:वरचा अविश्वास आपोआप निघून जाईल.

प्राण्यांशी बोलत रहा आणि त्यांची उत्तरं पटकन शब्दात बोलून दाखवा. आपल्या प्राण्यांसोबत संवादाची सुरूवात करण्यासाठी माझ्या मते हा उत्तम मार्ग आहे.

सुरूवातीला अगदी साध्या सोप्या प्रश्नांपासून सुरूवात करा. ज्यामुळं आपल्या मनातील शंका निघून जायला मदत होते. गुड मॉर्निंग, आज तुला कसं वाटतंय, आज तुला काय खावंसं वाटतंय, आपण कोणत्या रस्त्याला फिरायला जाऊया, यासारखे प्रश्न विचारा. तसंच आज माझा दिवस कसा गेला किंवा त्यांनी दिवसभरात काय काय केलं यासारख्या बोलण्यानी संवादाची सुरूवात करा.

आपण बरोबर संवाद करतोय की नाही याचं दडपण घेण्या ऐवजी या संभाषणाच्या माध्यमातून आपण त्यांच्यासोबतच्या नात्याचा आनंद उपभोगायला शिकलं पाहीजे.

ॲनिमल कम्युनिकेशन हे अगदी माणसां सोबत संवाद साधण्यासारखंच आहे, यामध्ये चांगल्या तऱ्हेनं भावबंध जुळणे आणि एकमेकांना समजून घेणं अधिक महत्वाचं आहे. आपण जेव्हा आपल्या प्राण्याचा दृष्टिकोन समजून घेतो आणि त्याचा स्वीकार करायला शिकतो तेव्हा आपला दृष्टिकोनही खऱ्या अर्थानं समृद्ध होतं. यामुळं आपला जगाकडं आणि आयुष्याकडं पहायचा दृष्टिकोन विस्तारतो.

भाग २

दिवंगत प्राणी

अस्वीकरण (डिस्क्लेमर)

एक कम्युनिकेटर म्हणून मला नेहमीच विचारलं जातं की मी दिवंगत प्राण्यांशी देखिल संवाद साधू शकते का?

टेलिपॅथिक आणि ॲनिमल कम्युनिकेटर्स हे या मर्त्य जगाच्या पलिकडे जाऊन देखिल संवाद साधू शकतात का हा लोकांसाठी एक कुतुहलाचा विषय आहे. आपल्या दिवंगत प्राण्यांशी संवाद साधण्यासाठी कोणते माध्यम आहे का हे जाणून घेण्याची आपल्या सगळ्यांनाच इच्छा असते.

आणि याचं उत्तर **होय** असं आहे. या प्रकरणामध्ये आपण दिवंगत प्राण्यांशी संवाद, प्राण्यांचा मृत्यू आणि मरण्याबद्दलचा दृष्टिकोन, आत्म्याचं उद्दिष्ट (सोल पर्पझेस), आत्म्यांचे करार (सोल कॉन्ट्रॅक्टस), आत्म्यांचे गट (सोल ग्रुपस), आत्म्यांचे भावबंध (सोल कनेक्शन) तसेच प्राण्यांच्या दृष्टीने पुनर्जन्माचा अर्थ याबद्दल अधिक माहिती घेणार आहोत.

निरनिराळ्या संस्कृतींमध्ये आणि परंपरांमध्ये आत्मा या संकल्पनेचा विविध अंगांनी विचार केला आहे आणि तो अतिशय क्लिष्ट आहे. एक माणूस म्हणून आपण शक्य तितका याचा अर्थ लावायचा प्रयत्न करू शकतो पण संपूर्ण अर्थ समजून घेणं अतिशय अवघड आहे.

मी या विभागामध्ये सांगितलेल्या टिप्स आणि कल्पना या केवळ प्राणी आणि निसर्गाशी संवाद साधण्यासाठीच वापरायच्या आहेत. यांचा उपयोग दिवंगत व्यक्तिंशी संवाद साधण्यासाठी करू नये. मी स्वत:ही कधीच दिवंगत व्यक्तिंशी संवाद साधला नाही आणि साधतही नाही.

पुढच्या काही पानांमध्ये मी तुम्हाला निसर्ग आणि दिवंगत प्राणी यांच्याशी संवाद साधताना मला आलेल्या अनुभवांवरून आत्मा कसा कार्य करतो याबद्दल सांगणार आहे.

या कल्पना कदाचित इतरांच्या कल्पनांशी जुळणार नाहीत कारण याबाबतीत असे काही ठोस नियम नाहीत. किंबहुना ही माहिती तुम्ही तुमच्या या विषयासंबंधी ज्ञानाचा पाया म्हणून वापरावी अशी मी तुम्हाला विनंती करेन.

आत्मा आणि त्याचं कार्य या संकल्पनेबद्दल तुम्ही या भागामध्ये व्यवस्थित माहिती घ्या आणि त्याचबरोबर तुम्ही स्वत: अभ्यास करून काही संशोधन करून स्वत:चे आडाखे बांधा.

प्रकरण ७

आत्म्याची संकल्पना

ऊर्जेची संकल्पना ही खरोखरीच विस्मयकारक आहे. आपण आपल्या आजुबाजूला जे पाहतो, अनुभवतो किंवा ऐकतो हे ऊर्जेचे विविध प्रकार आहेत.

प्राण्याचा किंवा माणसाचा आत्मा हीदेखिल एकप्रकारची ऊर्जाच आहे.

अस्तिवात असणाऱ्या प्रत्येक गोष्टीमध्ये ऊर्जा आहे. आपण सर्व ऊर्जेपासूनच बनले आहोत, आणि हीच ऊर्जा आपल्याला एकमेकांशी जोडते.

आपल्या सगळ्यांनाच माहिती आहे की ऊर्जा निर्माणही करता येत नाही आणि नष्टही, तिचे केवळ एका प्रकारातून दुसऱ्या प्रकारात रूपांतरण करता येते.

सिद्धांतानुसार, ऊर्जा किंवा आत्मा अमर आहे आणि तिचा कधीच क्षय होत नाही. प्रत्येक जन्माच्यावेळी तो नविन रूप आणि शरीर धारण करतो.

कल्पना करा की आत्मा हे पाणी आहे आणि ते शरीररूपी भांड्यामध्ये भरलेलं आहे. जेव्हा पाणी एखाद्या भांड्यामध्ये ठेवलं जातं तेव्हा ते भांड्याचा आकार धारण करतं. जर आपण ते पाणी पेल्यामध्ये, बाटलीमध्ये किंवा कपामध्ये ओतलं तर ते त्या त्या भांड्याचा आकार धारण करेल.

कोणतंही भांडं कायमस्वरूपासाठी पाणी धरून ठेवू शकत नाही आणि पाणी देखिल दरवेळी द्रवरूपात राहील याची खात्री नाही. द्रवरूपातील पाणी हे

घनरूपात (बर्फ) किंवा वायूरूपात (वाफ) बदलू शकते. परंतू रासायनिकदृष्ट्या ते पाणीच असते. ते कोणत्याही भांड्यात ठेवले तरी त्याचा गुणधर्म समानच राहतो.

याचप्रमाणं आपला आत्मा जिथे जाईल तिथे आणि ज्या शरीरात राहील तिथे समान ऊर्जा धारण करतो. प्राण्यांना ही संकल्पना माणसांपेक्षा अधिक चांगल्या तऱ्हेनं समजली आहे. आणि त्यामुळंच प्राणी आपल्या दिवंगत जोडीदाराच्या किंवा आपल्या पालकांच्या मृत्युचं दु:ख आपल्यापेक्षा अतिशय वेगळ्या पद्धतीनं व्यक्त करतात.

प्राण्यांचा जन्म आणि मृत्युकडे पाहण्याचा दृष्टिकोन माणसांपेक्षा खूपच निराळा असतो. प्राण्यांसाठी मृत्यू हा काही शेवट नसतो. त्यांच्या दृष्टीनं मृत्यू म्हणजे केवळ ऊर्जेचं स्थलांतरण, जसं की आत्म्याचं एका शरीरामधून दुसऱ्या शरीरात जाणं. निसर्गाच्या नियमानुसार, मृत्यू म्हणजे आत्म्याचं केवळ एका शरीरामधून दुसऱ्या शरीरामध्ये होणारं स्थलांतर.

निसर्गाच्या दृष्टीनं मृत्यू म्हणजे आत्म्यानं शरीराचा त्याग करणं. आत्मा किंवा ऊर्जेचा सतत प्रवास सुरूच असतो. व्यापक रूपात पहायचं झालं तर मृत्यू हा केवळ एका प्रक्रियेचा भाग आहे, शेवट नाही.

स्वत:च्या आणि मित्र मैत्रिणींच्या मृत्यूबद्दल प्राण्यांचा दृष्टिकोन हा माणसांपेक्षा निराळा असल्याचं आपण पाहतो. जेव्हा आपण प्राण्यांशी टेलिपॅथिकली संवाद साधतो तेव्हा खरंतर आपण त्यांच्या आत्म्याशी संवाद साधत असतो.

आपण जिवंत प्राण्याच्या ऊर्जेशी किंवा आत्म्याशी संवाद साधत असतो. आत्मा किंवा ऊर्जा हे विविध शरीरांमध्ये फरक करत नाही. तो कोणत्याही शरीरामध्ये किंवा आकारामध्ये असला तरी त्याचं वर्तन हे समान असतं.

अर्थातच त्या आत्म्याची स्मृती आपल्या सुप्तमनात असते, आपल्या जागृत मनाला कदाचित त्याची कल्पनाही नसेल. पण याचा अर्थ असा नव्हे की शरीराचं महत्व आत्म्यापेक्षा अधिक आहे.

प्राण्याचा आत्मा त्या शरीरात नसला तरी टेलिपॅथिच्या माध्यमातून दुतर्फा संवाद साधणे शक्य आहे. टेलिपॅथिक संवाद हा विशिष्ठ शरीरापुरताच मर्यादित नाही आणि म्हणूनच एखाद्या आत्म्यानं एका शरीरामधून दुसऱ्या शरीरामध्ये जरी प्रवेश केला तरीही संवाद शक्य आहे.

निराळ्या शब्दात सांगायचं झालं तर आपण त्या प्राण्यांशी देखिल संवाद साधू शकतो ज्यांनी एका शरीराचा त्याग करून दुसऱ्या शरीराकडे प्रवास सुरू केला आहे. जरी एखाद्या प्राण्याच्या आत्म्यानं मृत्यूनंतर दुसरं शरीर धारण केलं असलं तरी देखिल आपण त्याच्याशी प्रभावीपणे संवाद साधू शकतो.

प्राणी आपल्या आत्म्याच्या उद्दीष्टानं अतिशय प्रेरीत असतात. प्राण्यांना हे चांगलंच माहिती असतं की जन्म आणि मृत्यू या एकाच नाण्याच्या दोन बाजू आहेत आणि त्यांचा आत्मा हा एका शरीरामधून दुसऱ्या शरीरामध्ये स्थलांतरित होतो. त्यामुळं त्यांच्या दुःखाच्या आणि आघाताच्या कल्पना आपल्यापेक्षा खूप निराळ्या असतात.

माणसांचं आयुष्य हे भवतालच्या परिस्थितीवर आणि भौतिक गोष्टींवर अधिक अवलंबून असतं. आणि म्हणूनच मी म्हणते की दिवंगत व्यक्तिंच्या आत्म्याशी संवाद साधू नये कारण जन्म आणि मृत्यूबद्दलचा आपला दृष्टिकोन हा निसर्गापेक्षा निराळा असतो.

प्रत्येकवेळी जेव्हा मी दिवंगत प्राण्यांच्या आत्म्याशी बोलले आहे तेव्हाचा अनुभव हा जिवंत प्राण्यांशी संवाद साधल्यासारखाच आहे. फारच क्वचित असं झालं आहे की काही प्राण्यांच्या आत्म्यांनी विशेषकरून मला सांगितलं की ते आता दिवंगत आहेत.

एक व्यावसायिक कम्युनिकेटर म्हणून मला असं वाटतं की मी ज्या प्राण्याशी संवाद साधत आहे त्याच्या पालकांनी तो जिवंत आहे की मृत याबद्दल अगोदरच मला माहिती द्यावी.

तन्मयनी मी त्याच्या चार वर्षांच्या मॅक्सिमस नावाच्या लॅब्रॅडोरशी संवाद साधावा अशी मला विनंती केली. दुर्दैवानं मॅक्सिमसला यकृत आणि

किडनीचा दुर्धर आजार झाला होता ज्यामुळं तो अजिबात हलू शकत नव्हता. तो दिवसभर खोलीच्या एका कोपऱ्यात पडून रहायचा.

मी दुसऱ्याच दिवशी मॅक्सिमसशी बोलायचं ठरवलं कारण त्याच्याशी लवकरात लवकर बोलणं आवश्यक होतं. मी जेव्हा त्याच्याशी संवाद साधला तेव्हा मॅक्सिमसनं मला त्याच्या व्यक्तिमत्वाबद्दल, प्राधान्यक्रमांबद्दल, दिनचर्येबद्दल आणि नावडींबद्दल सांगितलं. त्याच्याशी काहीवेळ हलकंफुलकं बोलल्यानंतर मी संभाषणाचा रोख त्याच्या आजाराकडं वळवला.

मॅक्सिमसनं सांगितलं की त्याचा हा आजार अनुवंशिक आहे. त्यानं हे देखिल सांगितलं की तो या आजारामधून पूर्णपणे बरा होण्याची फारच थोडी शक्यता आहे. आणि जरी तो बरा झाला तरी त्याच्या पालकांना त्याच्या तब्येतीची विशेष काळजी घ्यावी लागणार आहे.

अगोदर ठरवल्याप्रमाणं मॅक्सिमस आणि माझ्यामधला हा संवाद दुपारच्या वेळेत झाला. या सेशननंतर लगेचच मी तन्मयला आमच्या संवादामधून मिळालेल्या संदेशांबद्दल सांगितलं.

जेव्हा मी हे सर्व तन्मयला सांगितलं तेव्हा तो मला म्हणाला की त्याच दिवशी भल्या पहाटे आमचा संवाद होण्याच्याही पूर्वी मॅक्सिमसचा मृत्यू झाला.

मी मॅक्सिमसशी जेव्हा संवाद साधत होते तेव्हा त्यानं मला हे सांगितलं नाही की त्यानं त्याचं शरीर सोडलं असून तो पुढच्या प्रवासाला लागला होता.

तन्मयला मॅक्सिमसकडून मिळालेले सर्व संदेश ऐकून खूप आनंद झाला आणि मॅक्सिमसनी देह ठेवला आहे ही गोष्ट मला का सांगितली नाही याचं त्याला आश्चर्य वाटलं.

जेव्हा मॅक्सिमसनं मला त्याच्या खालावलेल्या तब्येतीविषयी सांगितलं तेव्हा त्यानं त्याच्या मृत्यूबद्दल कोणताही उल्लेख केला नाही आणि मी देखिल विचारलं नाही.

बहुतांश प्राणी खासकरून विचारल्याशिवाय आपल्या मृत्युबद्दल सांगत नाहीत. काही प्राणी न विचारता देखिल हे आपल्याला सांगतात.

एका दुसऱ्या प्रसंगामध्ये मी एकदा टियारा नामक मांजरीशी बोलले, जी अचानक तिच्या नेहमीच्या जागेवरून नाहीशी झाली होती. ती भटकी मांजर होती आणि तिला खाऊ घालणाऱ्या व्यक्तिनं सहा महिन्यांनी मला तिच्याशी संवाद साधायची विनंती केली. जसा मी तिच्याशी संवाद साधला तसं पहिलं वाक्य तिनं मला सांगितलं की तिच्या आत्म्यानं आता टियारा नावाच्या मांजराचं शरीर सोडलं आहे. याच्या पुष्ट्यर्थ मी तिला काही अधिक प्रश्न विचारले. मी माझे विचार किंवा कल्पना तिच्या संदेशांवर लादत तर नाहीये ना याची खात्री करून घेण्याचा हा निराळा मार्ग होता.

तिनं पुढं हे देखिल सांगितलं की दिवसेंदिवस तिची तब्येत खालावत होती आणि तिला जगणं असह्य होत होतं. या असह्य वेदनेमुळं तिनं आपलं शरीर त्यागण्याचा निर्णय घेतला.

मी टियाराचे आभार मानले आणि तिला खाऊ घालणाऱ्या स्त्रीला तिच्याकडून मिळालेल्या संदेशांबद्दल सांगितलं. तेव्हा तिनं सांगितलं की खरोखरीच तिला अनेक प्रकारच्या शारीरिक व्याधी जडल्या होत्या. त्या स्त्रीला टियाराच्या मृत्यूची बातमी ऐकून अतिशय दुःख झालं पण त्याचवेळी हा विषय नीटपणे संपल्याचं ऐकून तिला बरंदेखिल वाटलं.

प्रकरण ८

दिवंगत प्राण्यांशी संवाद

आपण सगळे विशिष्ठ शरीर धारण केलेला आत्मा आणि ऊर्जा आहोत. अथवा ऊर्जा धारण केलेले शरीर नाही. आपण सगळ्यानीच आपला अध्यात्मिक प्रवास सुरू केला आहे आणि या मार्गावर आपण सगळेच एक आत्मा, ऊर्जा आहोत ज्याचा आपण कुठल्या प्रजातीच्या शरिरात आहोत ह्याच्याशी काही संबंध नाही.

यापूर्वी सांगितल्याप्रमाणं आपण म्हणजे आपल्यामधली ऊर्जा होय. आपण म्हणजे आपली बुद्धीमत्ता, चेतना आणि जाणिवा आहोत. आपलं शरीर म्हणजे आपल्यामधली ऊर्जा किंवा आपला आम्याचा एक भाग आहे.

आपल्या अस्तित्वामध्ये आणि आयुष्यामध्ये ऊर्जा किंवा आत्म्याला सर्वाधिक महत्व आहे.

शरीर हे मर्त्य आहे परंतू आत्मा अमर आहे. आत्मा दुसरं शरीर धारण करायचं की केवळ आकारहीन ऊर्जा म्हणून अस्तित्वात रहायचं हे ठरवू शकतो आणि हे चक्र चालूच राहतं.

दिवंगत प्राण्यांशी संवाद साधताना माझ्या लक्षात आलं की जिवंत प्राणी असो की दिवंगत, दोघांशीही संवाद साधण्यामध्ये काहीच फरक नाही. आपण त्या प्राण्याच्या शरीराशी संवाद साधत नसून त्याच्या आत्म्याशी, त्या ऊर्जेशी संवाद साधत असतो आणि त्यामुळंच त्याच्या बरोबरचा संवाद हा सुरळीतपणे होतो.

जेव्हा एखाद्या विशिष्ठ प्राण्याच्या आत्म्याशी संवाद साधायचा आहे हा हेतू आपण निश्चित करतो आणि त्या प्राण्याच्या विशिष्ठ फ्रिक्वेन्सीशी जुळवून घेतो तेव्हा तो प्राणी मृत झाल्यानंतरही आपण त्याच्या आत्म्यामार्फत त्या विशिष्ठ प्राण्याच्या आयुष्याबद्दलचे प्रश्न त्याला विचारू शकतो.

जरी एखाद्या आत्म्यानं नवीन शरीर धारण केलं असलं तरी त्याच्याशी टेलिपॅथिक संवाद साधताना नवीन शरीराचा अडथळा निर्माण होत नाही. नवीन शरीराला या टेलिपॅथिक संवादापासून दूर ठेवणं ही त्या आत्म्याची जबाबदारी असते.

त्यांनी जरी नवीन शरीर धारण केलं असलं तरी ते आनंदानं आपल्याशी संवाद साधतात. जर ते त्यांच्या नव्या रूपात त्यांच्या जुन्या पालकांकडेच आले असतील तर ते हे देखिल आपल्याला सांगतात.

कधीकधी ते फक्त आपण नवीन शरीर धारण केलं आहे एवढंच सांगतात. ज्या पालकांनी तुम्हाला त्या प्राण्याशी संवाद करायला सांगितलं आहे त्यांना नवीन जन्मातील अनावश्यक तपशील न देण्याचा निर्णय ते घेऊ शकतात. त्यांच्या शरीराचं संरक्षण करणं आणि त्यांच्याप्रती सन्मान दाखवणं ही त्या आत्म्याची जबाबदारी असते.

मी एकदा एकाच कुटुंबातील दोन कुत्र्यांशी संवाद साधत होते. दोघांनीही स्वतंत्रपणे मला सांगितलं की ते अगोदरच्या जन्मात देखिल त्याच कुटुंबात रहात होते.

त्यांनी त्यांच्या अगोदरच्या जन्मातल्या काही गोष्टी सांगितल्या. मी जेव्हा ही माहिती त्यांच्या पालकांना सांगितली तेव्हा त्यांच्या आनंदाला पारावार उरला नाही. त्यांच्या पालकांनी देखिल हे सांगितलं की पूर्वी त्यांच्याकडे असेच दोन कुत्रे होते ज्यांची व्यक्तिमत्वं नविन कुत्र्यांनी वर्णन केल्याप्रमाणंच होती.

यावरून आपल्या असं लक्षात येतं की आत्मिक जग हे मर्त्य जगासोबतच काम करत असतं. आपल्याकडून या विषयाचं म्हणावं तितकं तपशीलवार संशोधन झालं नाहीये. आपल्याला विश्वानं उपलब्ध करून दिलेल्या या अलौकिक ज्ञानाचा आपण तितकासा स्वीकार केलेला नाही हे देखिल तितकंच खरं आहे.

बऱ्याचशा स्थानिक संस्कृती, परंपरा आणि अनुभवांमध्ये या पारलौकिक जगाच्या अस्तित्वाविषयी बरंच काही सांगण्यात आलं आहे, परंतू या क्षेत्रात आपल्याला अजून बरीच मजल मारायची आहे.

१. आत्म्याचं उद्दिष्ट (सोल पर्पस)

जेव्हा आपण आत्म्याच्या अस्तित्वाबद्दल बोलतो तेव्हा आपल्याला त्याचं उद्दिष्ट समजून घेणं गरजेचं आहे. अर्थातच इकडंतिकडं भटकण्यासाठी किंवा काळाच्या ओघात लुप्त होण्यासाठी त्याचं अस्तित्व नाही. खरंतर प्रत्येक आत्मा हा एकमेकांशी संवाद साधण्यासाठी आणि त्यांचं उद्दिष्ट साध्य करण्यासाठी अस्तित्वात असतो.

अस्तित्वात असणाऱ्या प्रत्येक ऊर्जेला त्या रूपामध्ये विशिष्ठ ध्येय ठरलेले असते आणि ते साध्य करण्याच्या हेतूनं आपण प्रत्येक दुसऱ्या ऊर्जेशी संवाद साधत असतो – जिवंत किंवा मृत, सजीव किंवा निर्जिव, मूर्त किंवा अमूर्त.

माणूस हा समाजशील प्राणी आहे. जीवनाच्या प्रत्येक आयामामध्ये आपण एकमेकांवर अवलंबून असतो मग ते शेती करणं असो, शिक्षण असो, सामाजिक कार्य असो किंवा अन्य कोणताही व्यवसाय असो, आपण नेहमीच दुसऱ्याकडून काहीतरी घेत असतो किंवा त्याला काहीतरी देत असतो. निसर्गामध्ये देखिल असंच काहीसं आहे.

आणि हेच तर आत्म्याचं उद्दिष्ट आहे – इतरांना जे गरजेचं आहे ते देणं. माणूस आणि प्राणी यांच्यामधील प्रत्येक संवाद हा दोघांचं ध्येय साध्य करण्यासाठी असतो.

आत्म्यासोबतचं कोणतंही आदानप्रदान हे उद्दिष्टहिन नसतं.

उदाहरणच सांगायचं झालं तर जेव्हा आपण उपचारांसाठी डॉक्टरांकडे जातो तेव्हा डॉक्टरांचा आत्मा हा आपल्यावर उपचार करण्याचा उद्दिष्ट पार पाडतो

आणि आपला आत्मा हा त्या डॉक्टरांसाठी उत्पन्न मिळवून देतो. जेव्हा आपण रस्त्यामध्ये एखाद्याला अचानकपणे भेटतो तेव्हा त्यामागं देखिल आत्म्याचा नक्कीच काहीतरी उद्देश असतो जो कदाचित आपल्या लक्षात येऊ शकतो किंवा येणारही नाही.

हे परस्परसंमतीनं झालेलं आदानप्रदान असतं आणि आपल्या लक्षात आलं नाही तरी त्याचं काही विशिष्ठ मूल्य असतं. तुम्ही आणि तुमच्या प्राण्यामधील आत्मिक संवाद हा तुमच्या आयुष्यातील पोकळी भरून काढण्यासाठी किंवा आयुष्यामध्ये मोलाचे धडे आणि अनुभव देण्यासाठी घडून येऊ शकतो. हा तुमच्या आणि प्राण्याच्या आत्म्यामधला संवाद तुमच्यामध्ये एकप्रकारचा बंध निर्माण करून तुम्हाला काहीतरी शिकवतो मग तुमचा संवाद कितीही छोटा किंवा मोठा का असेना.

माणसाच्या हातात नसतं आणि प्राणीच ठरवतो की आपल्याला कोणाशी संवाद साधायचा आहे. संवादाचं महत्वपूर्ण कारण म्हणजे दोन आत्म्यांचं मिलन होणं हे असतं.

२. आत्म्याचे करार (सोल कॉन्ट्रॅक्ट)

आपले एकमेकांसोबतचे उद्देश साध्य करण्यासाठी दोन आत्म्यांमध्ये हे करार घडून येतात. ज्या कालावधीपुरता हा संवाद घडतो तो कालावधीदेखिल या करारामध्ये समाविष्ट केलेला असतो. ज्याप्रमाणं दोन सहसंमत व्यक्तींमधील एकमेकांसाठी फायदेशीर असणारा नियमित करार असतो त्याचप्रमाणं दोन आत्म्यांमधला करारही असतो.

माणूस आणि प्राण्यामधील आत्मिक संवाद हा कितिही वेळ लागला तरी उद्देश साध्य होईपर्यंत संपत नाही.

यासाठी काही दिवसांपासून ते काही वर्षांपर्यंतचा वेळ लागू शकतो. यासोबतच आत्म्याच्या कराराचा उद्देश देखिल बदलू शकतो. माझ्या प्रॅक्टीसदरम्यान अनुभवलेली आत्म्याच्या कराराची काही उदाहरणं मी खाली दिली आहेत.

- मनुष्याला त्याच्यामधल्या उणिवा किंवा कमजोरी समजून घेण्यास मदत करणं
- जवळच्या माणसाच्या जाण्यानं पालकाच्या मनात निर्माण झालेली पोकळी भरून काढणं
- पालकांच्या कुटुंबियांमध्ये भावबंध निर्माण करणं

अर्थातच ही फक्त थोडी उदाहरणं आहेत. आत्म्याच्या करारांमध्ये काय असावं याची पुष्कळ उदाहरणं असू शकतात. जसा त्या दोन आत्म्यांमधला करार संपतो तसा त्या दोन आत्म्यांमधलं आदानप्रदान संपतो. आत्म्यांमधला हा करार थोड्या अवधीसाठी किंवा दीर्घकाळासाठी असू शकतो. दोन्ही आत्म्यांचा एकमेकांसोबतचा उद्देश काय आहे यावर कराराचा कालावधी ठरतो आणि त्यानंतरच ते आपापल्या मार्गाला लागतात.

बऱ्याचवेळा आयुष्यामध्ये आपल्या उतरत्या काळात आपल्याला साथीदाराची किंवा मार्गदर्शकाची गरज असते आणि तेव्हाच आपल्या जीवनात प्राण्याचा प्रवेश होतो. त्या पडत्या काळामध्ये प्राण्याचा आत्मा विशिष्ठ उद्देशानं आणि करारानं आपल्या आत्म्याशी संवाद साधू लागतो.

उदाहरण सांगायचं झालं तर आपल्याला निरपेक्ष प्रेम करायला शिकवण्यासाठी आपल्या प्राण्यांच्या व्यक्तिमत्वामध्ये काही विशिष्ठ पेच आणि दोष असतात ज्यामुळं आपल्या सहनशक्तिची कसोटी लागू शकते. आपल्याला निरपेक्ष प्रेम करायला शिकवणं हा देखिल आत्म्याच्या कराराचाच एक भाग असू शकतो.

मी तुम्हाला माझ्या व्यक्तिगत आयुष्यातील एक घटना सांगू इच्छिते.

आमच्या आयुष्यातला अत्यंत महत्वपूर्ण भाग असणारे आणि आमच्या कुटुंबाचा अविभाज्य घटक असणारे टॉबलर आणि टॅझो अनुक्रमे आमच्या आयुष्यात जून २००८ आणि मार्च २००९ मध्ये आले. टॉबलरनं आमच्यासोबत आमच्या शहरातील घरामध्ये काळ व्यतीत केला तर टॅझो शहराच्या बाहेर असणाऱ्या आमच्या फार्महाऊसवर रहायचा जिथं आम्ही वारंवार जातो. दोघांचाही आमच्यासोबत आणि एकमेकांसोबत आत्मिक करार होता.

टॅझो आणि त्याची साथीदार टॅझी यांना फार्महाऊसवर ठेवण्यापूर्वी ते आमच्यासोबत शहरातल्या घरात रहायचे. टॅझो आणि टॅझीला फार्महाऊसवर ठेवल्यानंतर टॉबलर खूपच दुःखी झाला होता म्हणून आम्हाला ट्रूफीला टॉबलरची साथीदार म्हणून आणावं लागलं. यानंतर जेव्हा टॉबलर आणि टॅझो एकमेकांना भेटायचे तेव्हा त्यांचं एकमेकांशी जमायचं नाही. दरवेळी जेव्हा आम्ही टॉबलरला घेऊन फार्महाऊसवर जायचो तेव्हा आम्हाला त्यांच्यावर लक्ष ठेवायला लागायचं. जरी कधी त्यांची एकमेकांसोबत मारामारी झाली नाही तरी ते नेहमीच एकमेकांसोबत विशिष्ठ अंतर ठेवून रहायचे.

आम्ही आजूबाजूला असताना आमच्या कुटुंबाचं संरक्षण करणं हा त्यांचा प्रमुख उद्देश होता. टॉबलर आणि टॅझो दोघांचाही आमच्या कुटुंबासोबत सुमारे बारा वर्षं एक दृढ आणि समर्पित भावबंध होता. जुलै २०१९ ला टॅझोचा कॅन्सरमुळं मृत्यू झाला. कॅन्सर झाल्यापासून अवघ्या तीन महिन्यातच तो आम्हाला सोडून गेला. तो शारारीकदृष्ट्या दुर्बळ झाला असला तरी त्याला आमच्याकडून काय हवं आहे हे माहिती होतं आणि आम्हीही त्याला आमच्यापरीनं सर्वोत्तम ते देण्याचा प्रयत्न केला.

जेव्हा तो आजारामुळं दुर्बळ होत चालला होता तेव्हा मी स्वतः त्याच्यासोबत फार्महाऊसवर रहायला गेले आणि त्याच्या शेवटच्या दिवसात त्याची सोबत केली.

त्यानं मला सांगितलं की मी त्याच्यासोबत राहिले यासाठी तो कृतज्ञ आहे पण हे जग सोडून जाताना त्याला एकट्याला रहायचं आहे. मी तिथून निघण्यापूर्वी त्यानं मला पूर्वकल्पना दिल्यामुळं त्याचे आभार मानले आणि त्याला त्याच्या इच्छेनुसार वागण्यास सांगितलं. मी जेव्हा काही महत्वाच्या कामासाठी शहरात परतले तेव्हाच त्यानं आपला देह ठेवला. जेव्हा आम्ही टॅझोचं अखेरचं दर्शन घ्यायला गेलो तेव्हा टॉबलर देखिल आमच्यासोबत होता.

टॉबलर टॅझोच्या अचेतन शरीरासमोर जवळजवळ वीस मिनीटं बसून होता. जरी प्रत्यक्षात त्यांचं एकमेकांशी पटत नसलं तरी त्यांचे भावबंध एकमेकांशी किती दृढपणे जुळले होते हेच यावरून समजून येतं.

मार्च २०२० मध्ये टॉबलरचं वृद्धापकाळानं निधन झालं. टॅझोप्रमाणंच टॉबलरला देखिल त्याचा मृत्यू कधी होणार आहे याची कल्पना होती. पण टॉबलरला आम्ही सगळे त्याच्या सोबत असतानाच अखेरचा श्वास घ्यायचा होता.

टॅझो आणि टॉबलरच्या उदाहरणावरून आपल्या लक्षात येतं की प्राण्यांचे देखिल त्यांचे स्वतःचे असे प्राधान्यक्रम ठरलेले असतात. टॅझोच्या मृत्यूनंतर नऊ महिन्यानी टॉबलरने आपला देह ठेवला.

आम्ही सगळे त्याच्या बाजूला असताना टॉबलरनं अखेरचा श्वास घेतला. जाण्यापूर्वी त्यानं आम्हाला प्रत्येकाला स्वतंत्र संदेश दिला आणि त्याच्या जीवनातील चढउतारांमध्ये आम्ही साथ दिली म्हणून त्यानं भरभरून कृतज्ञता व्यक्त केली.

टॉबलर आणि टॅझो यांचं जिवंतपणी एकमेकांशी विशेष पटलं नाही पण दोघांचाही माझ्या वडीलांसोबत, एकमेकांसोबत आणि आम्हा कुटुंबियांसोबत दृढ भावबंध होता. आणि त्यानी हा आत्मिक करार यशस्वीरित्या पाळला.

ते दोघंही आठ महिन्यांच्या फरकानं आमच्या कुटुंबात आले, आमच्यासोबत राहिले, त्यांचे आमच्यासोबत समान पद्धतीनं भावबंध जुळले आणि अवघ्या नऊ महिन्यांच्या फरकानं त्यांनी आमचा निरोप घेतला. हे सगळं आत्मिक कराराचं द्योतक आहे.

दोन प्राण्यांनी किंवा दोन माणसांनी एकापाठोपाठ देह ठेवणं हे काही नवीन नाही. आपण बऱ्याचवेळा पाहिलं आहे की पती-पत्नी, प्राणी आणि त्यांचे पालक किंवा दोन प्राणी हे एकत्र किंवा काही अंतरानं देह ठेवतात. हे असं घडतं कारण त्या आत्म्यांचे उद्देश आणि करार साध्य झालेले असतात आणि ते एकत्रच पुढच्या प्रवासाला लागतात.

३. आत्म्यांचे गट (सोल ग्रुप्स)

आत्म्याचे एकमेकांसोबत केवळ उद्देश असतात असं नव्हे तर गटही असतात. आपला उद्देश साध्य करेपर्यंत गटातील आत्मे एकमेकांशी आदानप्रदान करत राहतात.

उदाहरणार्थ तुमचा आत्मा हा अशा खाद्याला गटाचा हिस्सा असू शकतो ज्यामध्ये तुमच्या जवळचे कुटुंबियं, घनिष्ठ मित्रं, प्राणीमित्रं किंवा कदाचित ज्यांच्यासोबत तुमचे विशेष चांगले संबंध नाहीत असे ही सदस्य असू शकतात.

एकाच गटातील आत्मे हे जवळपास अस्तित्वात असतात. आत्म्यानं एखाद्या शरीराचा त्याग करून दुसरं शरीर धारण केलं तरी कदाचित तो पुन्हा आपल्या पहिल्या गटात किंवा त्याच्या जवळपास येऊ शकतो.

आणि म्हणूनच काही प्राण्यांचे आत्मे हे आपल्या जीवनात परत एखाद्या मनुष्याच्या रूपात येतात किंवा दिवंगत जवळची व्यक्ती ही आपण दत्तक घेतलेल्या किंवा सुटका केलेल्या प्राण्याच्या रूपात आपल्या आयुष्यात येते. आता आपल्या लक्षात आलं असेल की प्राणी आपली निवड करतात, आपण त्यांची निवड करत नाही.

नुकतीच मला माझी एक क्लायंट जास्मिननं तिच्या कुत्र्याशी मॅडीशी बोलण्याची विनंती केली कारण तो आजारी असायचा. जेव्हा मी मॅडीशी संवाद साधला तेव्हा त्याने मला सांगितलं की त्याच्यामध्ये जास्मिनच्या आजोबांचा आत्मा आहे जे तिच्या लहानपणीच गेले होते.

हे ऐकून जास्मिन अगदी विस्मयचकित झाली. तिला समजेना की मॅडीशी कुत्रा म्हणून वागावं की आजोबा म्हणून.

मॅडीनंच तिचा हा पेच सोडवला आणि तिला सांगितलं की त्यानं आता कुत्र्याचा देह धारण केला आहे आणि तो आता तिचे आजोबा नाहीत. त्यामुळं तिनं त्याच्याशी कुत्र्यासारखंच वागावं. ते एकाच आत्म्याच्या गटाचा हिस्सा असल्यानं तो पुन्हा तिच्या आयुष्यात परत आला होता.

४. आत्म्यांमधले भावबंध (सोल कॉनेक्शन)

आत्म्यांमधले भावबंध हे त्यांच्यामधले जुने ऋणानुबंध असतात. आपल्याला कदाचित वाटेल की हे भावबंध नेहमीच प्रेमळ आणि मैत्रीपूर्ण असतील, पण वास्तव काहीतरी निराळंच असतं.

सोबतीचे प्राणी, भटके प्राणी, दिवंगत प्राणिमात्र आणि माणसं या सगळ्यांच्या आत्म्यांचा एकमेकांसोबत काहिनाकाही विशेष उद्देश असतो. पण प्रत्येकाचेच काही प्रत्येकाशी भावबंध जुळलेले नसतात. आत्म्यांमधले भावबंध हे एकाच कुटुंबातील एका किंवा अनेक व्यक्तिंसोबत असू शकतात. आत्म्यांचा उद्देश हा तो ज्यांच्यासोबत संवाद साधतो अशा प्रत्येक ऊर्जेसोबत असतो. पुढील टॉबलरच्या उदाहरणावरून हे अधिक चांगल्या तऱ्हेनं स्पष्ट होईल.

बारा वर्षांपासून आमच्या कुटुंबाचा एक भाग असण्याबरोबरच टॉबलरचा माझ्या बाबांसोबतच एक निराळाच भावबंध होता. त्याच्यामध्ये माझ्या बाबांच्या जन्माला न आलेल्या भावंडाचा आत्मा होता. आमच्या कुटुंबातील प्रत्येकासोबतच त्याचा आत्मिक उद्देश (सोल पर्पस) होता. परंतू माझ्या बाबांसोबत असणारं त्याचं पूर्वजन्मिचं नातं हा त्यांच्या आत्मिक कराराचा पाया होता.

दिवंगत प्राण्यांशी केलेल्या अनेक संवादांमधून मला हे लक्षात आलं आहे की ऊर्जा किंवा आत्मा यांना विशिष्ठ शरीराची अपेक्षा नसते. त्यांच्यासाठी प्रत्येक शरीर हे तितकंच महत्वाचं असतं. ते कुठल्याही प्रजातीत दुजाभाव करत नाहीत. किंवा कुठच्याही विशिष्ठ प्रजातीला किंवा शरीराला प्राधान्य देत नाहीत.

आत्मा त्याचं शरीर हे उद्देश, करार आणि आत्म्याच्या गटांवरून ठरवतो व निवडतो. या विभागामध्ये पुढे याबद्दल विस्तृत माहिती दिली आहे.

ऊर्जा किंवा आत्म्याकडे कधी, कुठे आणि कोणत्या रूपात जन्म घ्यायचा हे ठरवण्याची आणि निवडण्याची शक्ती असते.

त्यांना योग्य वाटेल त्याप्रमाणं आणि त्यांच्या उद्देशानुसार ते कोणतं शरीर धारण करायचं, कधी धारण करायचं आणि कुठं जन्म घ्यायचा हे ठरवू

शकतात. मी अनेक अशा प्राण्यांशी संवाद साधला आहे जे त्यांच्या आधीच्या जन्मात मनुष्यरूपात होते. मी अनेक दिवंगत प्राण्यांशी बोलले आहे ज्यांनी खात्रिलायकरित्या सांगितलं की ते आत्ता मनुष्यजन्मात आहेत.

माझ्या एका क्लायंटची आणि तिच्या कुत्र्याची कहाणी वरील सर्व मुद्दे व्यवस्थितपणे विशद करेल. या गोष्टीमधून तुमच्या लक्षात येईल की आत्म्याचं कार्य कशाप्रकारे चालतं आणि तो आपला उद्देश कशाप्रकारे साध्य करतो.

सोनिया तिच्या साडेतेरा वर्षांच्या कुत्र्यासाठी सॅमीसाठी माझ्याकडे आली होती, जो अतिशय आजारी होता. प्राण्यांच्या डॉक्टरांनी त्याचं वय आणि तब्येत पाहता इच्छामरणाची शिफारस केली होती. तो जास्तित जास्त एक किंवा दीड महिना जगेल असं त्यांनी सांगितलं होतं. सोनियाला फक्त इतकंच जाणून घ्यायचं होतं की सॅमीला काय सांगायचं आहे.

मी जेव्हा सॅमीशी संवाद साधला तेव्हा सगळ्यात आधी त्यानं मला सांगितलं की त्याला अजिबात वेदना होत नाहीयेत आणि त्याच्या उर्जेनं स्वत:हून त्याच्या देहाशी दुरावा निर्माण केला आहे. त्याला थोडंसं अस्वस्थ आणि संवेदनाहीन वाटत होतं पण वेदना अशा अजिबात नव्हत्या. आणि त्याला स्वत:हून तो देह त्यागून पुढच्या प्रवासाला जायचं होतं.

ज्याप्रमाणं त्याच्या पालकांना त्याला त्रास होऊ नये असं वाटत होतं त्याचप्रमाणं त्यालाही त्याच्या पालकांना त्रास होऊ नये असं वाटत होतं. त्याच्या पालकांना त्रास होऊ नये म्हणून तो इच्छामरणसाठी देखिल तयार होता कारण त्याला माहिती होतं की तो जास्त काळ जगणार नाही. हे ऐकल्यानंतर सोनियानं ठरवलं की सॅमीला त्याच्या मनाप्रमाणं करू द्यायचं.

सॅमीनं पुढं मला सांगितलं की तो तिच्या भावंडाचा आत्मा आहे. तो त्याच्या आधीच्या आयुष्यात तिचं भावंड म्हणून उद्देश साध्य करू शकला नाही म्हणून त्यानं तिच्या कुत्र्याच्या रूपात पुनर्जन्म घेतला.

हे ऐकल्यावर सोनियाला विलक्षण दु:ख झालं आणि ती खूप रडायला लागली. थोड्या वेळानं यातून सावरल्यानंतर तिनं मला सांगितलं की

पंधरा वर्षांपूर्वी तिच्या धाकट्या भावंडाचा मृत्यू झाला होता. त्यानंतर एका वर्षानी तिच्या पालकांनी सॅमीला तिच्या सोबतीसाठी आणलं.

सोनियाच्या हृदयानं तिला तेव्हाच सांगितलं होतं की तो तिचा भाऊ आहे पण जेव्हा सॅमीनं याला पुष्टी दिली तेव्हा तिला भरून आलं.

संभाषणामध्ये पुढं त्यानं सांगितलं की त्याला आपला चौदावा वाढदिवस सोनिया सोबत साजरा करायचा आहे. त्याची केवळ एकच इच्छा होती की जेव्हा त्याची अखेरची वेळ जवळ येईल तेव्हा त्याला त्यावेळी एकट्याला रहायचं आहे आणि त्यावेळी त्याच्या आजुबाजूला कोणीच असू नये.

सोनियाला हे अजिबात पटत नव्हतं आणि ती वारंवार सॅमीला त्याच्या जवळ राहू द्यायची विनंती करत होती. सोनियाचं नुकतंच लग्न झालं होतं आणि जेव्हा ती सासरी रहायला गेली तेव्हाच सॅमीची तब्येत खालावायला लागली. हा देखिल त्याच्या आत्मिक कराराचाच एक भाग होता.

सोनिया, सॅमी आणि मी वारंवार संवाद साधत होतो. चार महिन्यांनंतर मला सॅमीचे चौदाव्या वाढदिवसाचे फोटो पहायला मिळाले. त्यानं त्याचं वचन पूर्ण केलं होतं. हळुहळू त्याची तब्येत अधिकच बिघडत गेली. त्याला नैसर्गिक मृत्यू हवा होता आणि त्याच्या कुटुंबियांनी त्याच्या इच्छेला मान द्यायचं ठरवलं होतं.

तीन महिन्यांनी सोनियाला सॅमीशी संवाद साधून त्याला सांगायचं होतं की ती आता महिन्याभरासाठी परदेशात जात आहे. तिला भिती वाटत होती की ती नसताना त्याचा मृत्यू होईल. सॅमीनं तिला खात्री दिली की ती येईपर्यंत तो जगेल. त्यानं तिला सांगितलं की तिनं त्याची काळजी न करता सुरक्षितपणे आणि आनंदानं प्रवासाला जाऊन यावं. त्यानं आपला शब्द राखला. ती परत येईपर्यंत तो बरा होता.

सोनिया परत आल्यानंतर तीन आठवड्यांनी मी जेव्हा दुसऱ्या एका कुत्र्याशी संवाद साधायला सुरवात होते तेव्हा अचानक तो माझ्या मनात डोकावला. अगदी अशाचप्रकारे प्राणी आपल्यासोबत संवादाची सुरूवात

करतात. आपण त्यांच्याशी त्या क्षणी संवाद साधू शकतो किंवा त्यांना थोडं थांबायची विनंती करू शकतो.

मी त्याला विचारलं की काही तातडीचं काम आहे का? तर त्यानं इतकंच सांगितलं तो आता पुढच्या प्रवासासाठी तयार आहे आणि हे त्याला मला सांगायचं होतं.

अर्ध्या तासानंतर माझं सेशन संपल्यावर मी सोनियाला सॅमीच्या संदेशाबद्दल सांगितलं तेव्हा सोनियानं सांगितलं की त्या दिवशी सकाळीच सॅमी गेला.

त्या वेळी ती त्याच्या सोबतच होती पण तो अखेरचा श्वास घेत आहे हे तिच्या लक्षातही आलं नाही. सोनिया त्याच्या बाजूलाच झोपली होती आणि तेव्हाच त्यानं आपला देह ठेवला. विस्मयकारक गोष्ट अशी आहे की सोनियाची त्याच्या बाजूला रहावं ही तिची इच्छा त्यानं पूर्ण केली आणि ती झोपलेली असतानाच त्यानं आपला देह ठेवून आपली स्वतःची इच्छाही पूर्ण केली.

प्रकरण ९

मृत्युबद्दलचा आणि मरतानाचा प्राण्यांचा दृष्टिकोन

आता आपल्या लक्षात आलं असेल की आत्म्याचं कार्य कशाप्रकारे चालतं. आता प्राणी आणि त्यांचा आत्मा यांच्यामधल्या नात्याबद्दल जाणून घेऊया.

यापूर्वी सांगितल्याप्रमाणं आत्मा ही एक ऊर्जा आहे. मर्त्य शरीर नष्ट पावते पण आत्मा अमर आहे. तो केवळ एक शरीर त्यागून दुसरं शरीर धारण करतो आणि त्याचा प्रवास पुढे चालू राहतो.

आपल्या सगळ्यांमध्येच वेदना आणि दु:ख टाळण्यासाठी आपला आत्मा आपल्या शरीरापासून वेगळा करण्याची शक्ती आहे. प्राणी ही शक्ती त्यांचा आत्मा त्यांच्या शरीरापासून वेगळा करण्यासाठी वापरतात. त्यामुळं त्यांच्या आत्म्याचं त्यांच्या शरीराला होणाऱ्या दु:खापासून संरक्षण होते.

प्राण्यांसोबत संवाद साधण्याच्या आणि इतरांना प्रशिक्षित करण्याच्या माझ्या व्यावसायिक अनुभवामध्ये मी प्राण्यांना अखेरच्या श्वासापर्यंत अत्यंत शांत आणि समाधानी अवस्थेत पाहिलं आहे.

बऱ्याच केसेसमध्ये अत्यंत दुर्धर आजार असणाऱ्या प्राण्यांनासुद्धा तो आजार सहजपणे पेलताना मी पाहिलं आहे. त्यांना आपल्या इच्छेनुसार स्वत:च्या दु:खापासून अलिप्त राहणं जमतं. माणसामध्ये देखिल ही क्षमता आहे पण आपण फारच कमी वेळा तिचा उपयोग करतो.

आणि यामुळंच स्त्रिया मुलाला जन्म देताना होणाऱ्या पराकोटीच्या वेदना विसरू शकतात. जेव्हा प्राणावर बेतणारं संकट येतं तेव्हा अत्यंत भित्री व्यक्ति देखिल अचाट साहस करून जाते.

प्रसिद्ध कॉमिक पुस्तकांचे लेखक जॅक कर्बी यांनी एक प्रत्यक्ष पाहिलेली घटना नोंदवली आहे ज्यामध्ये एका स्त्रीनं गाडी खाली सापडलेल्या आपल्या बाळाला वाचवण्यासाठी प्रत्यक्षात एक मोटारगाडी उचललेली त्यांनी पाहिली होती. या घटनेवरून प्रेरणा घेऊन त्यानी हल्क नावाचं प्रसिद्ध काल्पनिक पात्र निर्माण केलं.

असे प्रसंग प्रत्यक्ष आयुष्यातही बऱ्याचवेळा घडतात. जेव्हा एखाद्या व्यक्तिच्या आयुष्याच्या जीवनमरणाचा प्रश्न असतो तेव्हा त्यांच्या अंगी असं अचाट साहस, शक्ती संचारते. या क्षमतेला शास्त्रिय भाषेत 'हिस्टेरिकल स्ट्रेन्थ' असं म्हणतात.

या संकल्पनेबद्दल अधिक संशोधन होण्यास वाव आहे पण याचं सार अगदी सुस्पष्ट आहे. गरज पडल्यावर आपलं शरीर दुःख आणि वेदनांपासून अलिप्त राहून कसं कार्य करू शकतं याचं हे उत्तम उदाहरण आहे.

बऱ्याचशा केसेसमध्ये प्राणी आपल्या मृत्युची जागा आणि वेळ देखिल निवडतात. यावरून पुन्हा एकदा आपल्या लक्षात येतं की माणसापेक्षाही प्राणी निसर्गाशी अधिक एकरूप आहेत. ते निसर्गाचा एक भाग आहेत याची त्यांना पुरेशी जाणीव असते.

माझ्या समजुतीनुसार, निसर्गाशी एकरूप होण्याची तीव्रता ही बऱ्याच गोष्टींवर अवलंबून असते जसं की मानवी हस्तक्षेप. माणसांसोबत राहण्यामुळं त्यांना शिकार न करताच अन्न मिळतं. त्यांच्या छोट्या मोठ्या आजारावर लगेच औषधोपचार केले जातात आणि त्यांच्या राहण्याची सोयही केली जाते. अशा गोष्टींमुळं त्याचं निसर्गाशी असणारं नातं कमकुवत होऊ शकतं.

शमानिक संस्कृतीमध्ये असं मानलं जातं की जेव्हा आपण प्राण्यांना आपले सोबती म्हणून घरी आणतो तेव्हा आपण कळतनकळतपणे त्यांना निसर्गापासून दूर करतो आणि आपल्या सारखी जीवनशैली जगायला लावतो. त्यांना बंदिवासात असलेले प्राणी असं मानलं जातं. तरीही जेव्हा आपण त्यांच्याशी संवाद साधतो

तेव्हा ते आनंदानं आपल्याला सांगतात की त्यांच्या पालकांसोबत राहणं हा त्यांच्या आत्म्याचा उद्देश आणि करार आहे. ते मनापासून याचा स्वीकार करतात.

माझ्या मते घरामध्ये राहणारे प्राणी हे बाहेरच्या जगात मुक्तपणे वावरणाऱ्या प्राण्यांपेक्षा थोडेसे वेगळे असतात. माणसांच्या सहवासात राहिल्यामुळं त्यांच्यामधला नैसर्गिक रानटीपणा थोडासा कमी झालेला असतो.

असं असूनही घरात राहणारे प्राणी हे माणसांपेक्षा निसर्गाशी अधिक एकरूप असतात. प्राणी त्यांच्या शरीरापासून आत्म्याला निराळं करून दुःख आणि वेदनांपासून मुक्ती मिळवू शकतात.

माझ्या घराजवळ राहणारा एक कुत्रा हा नेहमी रहदारीची अजिबात पर्वा न करता रस्त्याच्या मधोमध विसाव्यासाठी पडून रहायचा. तो बऱ्याचवेळा मोठ्या वाहनांखाली चिरडता चिरडता वाचला होता पण त्यानं आपली ही सवय काही सोडली नाही.

किंबहुना बऱ्याचदा लोक आपली गाडी थांबवून त्या कुत्र्याला सुरक्षित ठिकाणी सोडून मग पुढं जायचे. मी जेव्हा त्याच्याशी संवाद साधला तेव्हा त्यानं मला सांगितलं की त्या ठिकाणी बसणं ही पूर्णपणे त्याचीच निवड होती. आपण मरू किंवा आपल्याला इजा होईल याची त्याला अजिबात भिती वाटायची नाही.

एके दिवशी खरोखरीच तो गाडी खाली सापडून मेला आणि ते दृश्य अतिशय विदारक होतं. जेव्हा मी त्याच्याशी संवाद साधला तेव्हा त्यानं मला सांगितलं की तो सुरक्षित आहे आणि रक्त, मांस हे छिन्नविछिन्न शरीराचे भाग आहेत परंतू त्याच्या आत्म्याला आणि अस्तित्वाला कोणतीही इजा झाली नाही. त्याचा अपघात होण्या क्षणभर पूर्वीच त्याला जाणवलं होतं की ह्या अपघातातून तो सावरणार नाही. म्हणूनच त्या गाडीची धडक लागताच आणि त्याच्या शरीराला ते जाणावण्याच्या आधीच त्यानं त्याचा देह त्यागला. यामुळं तो वेदना आणि दुःखापासून दूर राहू शकला.

माणसाला वरवर पाहताना असं वाटतं की प्राण्यांचा मृत्यू खासकरून अपघाती मृत्यू हा अतिशय विदारक, क्रूर आणि दुःखदायक असू शकतो. पण

वास्तवात ते वेदने पासून दूरच असतात. त्यांनी अगोदर पासूनच आपला आत्मा शरीरापासून विलग केला असल्यामुळं त्यांना वेदना आणि दुःखाची जाणीव होत नाही.

प्रकरण १०

प्राण्यांच्या नजरेतून शोक आणि दुःख

प्राणी नेहमीच मृत्यू, वेदना आणि दुःखाकडे व्यावहारिक आणि तटस्थ भावनेनं पाहतात. ते कदाचित आघात आणि दुःख यांच्याशी फार काळ जोडले जात नाहीत. आणि म्हणूनच त्यांचा शोक हा माणसापेक्षा पुष्कळ निराळा असू शकतो.

मृत्यूकडे पाहण्याचा प्राण्यांचा दृष्टिकोन निराळा असतो मग तो त्यांच्या पालकांचा मृत्यू असो किंवा जोडीदाराचा. त्यांना माहिती असतं की मृत्यू म्हणजे आत्म्याचं एका शरीरातून दुसऱ्या शरीरात होणारं स्थलांतर. त्यांच्या दृष्टीनं मृत्यू म्हणजे एकप्रकारचा सोहळा असतो जिथं आत्म्यानं त्याचा करार आणि उद्देश पूर्ण केलेला असतो आणि तो पुढच्या प्रवासाला लागतो.

दुःख आणि शोक या प्रत्येकाच्या आयुष्यातील महत्वाच्या गोष्टी आहेत. प्राण्यांनाही याची जाणीव असते आणि ते स्वतःच्या पद्धतीनं शोक आणि दुःख व्यक्त करतात जी आपल्यापेक्षा पुष्कळच निराळी असते. हे पाहून आपण कधीकधी अचंबित होतो आणि आपल्याला वाटू लागतं की खरोखरीच त्यांना मृत्यूसंदर्भातली कल्पना आहे की नाही! परंतू आपल्या हे लक्षात येत नाही की मृत्यू आणि मरणावस्थेबद्दल त्यांना आपल्यापेक्षा अधिक चांगलं ज्ञान आहे.

जेव्हा जुलै २०१९ मध्ये आमचा कुत्रा टॅझो कॅन्सरनं मृत्यू पावला तेव्हा त्याची जोडीदार असणारी टॅझी चटकन त्या दुःखातून सावरली आणि तिचं नेहमीचं आयुष्य जगायला लागली. जेव्हा मी तिच्याशी संवाद साधला तेव्हा तिनं सांगितलं की टॅझो त्याचं आयुष्य त्याच्या मनाप्रमाणं जगला आणि आपल्या मनाप्रमाणंच त्यानं मृत्यूचा स्वीकार केला. तिला नेहमीच त्याच्या

प्रत्यक्ष सहवासाची आठवण येईल पण टॅझोच्या जाण्याचं तिनं दुःख करत बसावं असं त्या दोघांनाही वाटत नव्हतं.

तर दुसरीकडं ट्रूफीला तिच्या जोडीदाराच्या, टॉबलरच्या जाण्याच्या दुःखातून बाहेर यायला एक आठवडा लागला. मी जेव्हा तिच्याशी संवाद साधला तेव्हा तिनं सांगितलं की टॉबलरच्या जाण्यानं आपल्या आयुष्यात झालेल्या स्थित्यंतराशी जुळवून घ्यायला तिला थोडासा वेळ लागेल.

बऱ्याचवेळा प्राण्यांच्या वर्तनामध्ये त्यांच्या स्वत:पेक्षा त्यांच्या पालकांच्या दु:खाचं प्रतिबिंब दिसतं. या संकल्पनेबद्दल आपण 'वर्तन आणि आरोग्यसमस्या' या आपल्या पुढच्या विभागामध्ये पाहू. प्राण्यांना त्यांच्या पालकांच्या किंवा जोडीदाराच्या मृत्यूची चाहूल लागते आणि ते ही बाब अनेकदा सहजरित्या स्वीकारतात.

टॅझो आणि टॉबलरच्या जाण्यामुळं त्यांच्या जोडीदाराच्या आणि पालकांच्या आयुष्यात खूप मोठी पोकळी निर्माण झाली होती पण त्यांचे जोडीदार टेझी आणि ट्रूफी या घटनेला अतिशय समंजसपणे सामोऱ्या गेल्या.

काही काळापूर्वी घोड्याची पालक असणाऱ्या एका स्त्रीनं माझ्याशी संवाद साधला होता. नुकतेच तिचे वडील गेल्यानं ती अत्यंत दुःखात होती पण तिच्या वडीलांशी अत्यंत जवळचं नातं असून देखिल घोडा कोणतंही दुःख दाखवत नव्हता म्हणून ती नाराज होती.

जेव्हा मी त्या घोड्याशी संवाद साधला तेव्हा त्यानं मला सांगितलं की तिच्या वडीलांच्या आयुष्याचं ध्येय साध्य झालं होतं आणि ते पुढच्या प्रवासाला लागले होते ही त्याच्या दृष्टीनं आनंदाची बाब होती.

असा दृष्टिकोन ठेवणं माणसांना जड जातं. हे समजल्यानंतर त्या स्त्रीला आपल्या घोड्याच्या समंजसपणाबद्दल कौतुक वाटलं आणि ती शांत झाली.

निसर्ग आणि प्राण्यांसोबतच्या माझ्या संवादांमुळे मला जीवन आणि मृत्यूबद्दलची नवी समज मिळाली. या संभाषणांमधून मी वर्तमानात कसं जगायचं आणि वैश्विक शक्तिसमोर नतमस्तक कसं व्हायचं हे देखिल शिकले.

प्राण्यांच्या नजरेमध्ये जन्म आणि मृत्यू दोन्हीही सुंदर आहेत. त्यांना किती वर्षांचं आयुष्य मिळालं यापेक्षा ते काय दर्जाचं आयुष्य जगले आणि त्यांनी जगण्याचा उद्देश साध्य केला ना हे त्यांच्या दृष्टीनं महत्वाचं असतं. एकदा का त्यांच्या जीवनाचा उद्देश साध्य झाला की ते एखाद्या जुन्या मित्राप्रमाणं मृत्युला कवटाळतात.

प्रकरण ११

प्राणी आणि इच्छामरण

पाळीव प्राण्यांचे पालक असण्यामधील सर्वात अवघड भाग म्हणजे त्यांचं आयुष्यमान नेहमीच आपल्यापेक्षा कमी असतं. आपल्या प्राण्याच्या मृत्यूचा स्वीकार करणं हे अवघड असतंच परंतू आपल्याला स्वत:ला त्यांच्या इच्छामरणाचा निर्णय घ्यावा लागणं हे त्याहून अवघड असतं. हा एक अत्यंत आव्हानात्मक अनुभव असतो. पण ॲनिमल कम्युनिकेशनद्वारे त्या प्राण्याचं त्याच्या इच्छामरणाबद्दलचं मत जाणून घेतल्यामुळं ही प्रक्रिया थोडी सोपी होऊ शकते.

प्राण्याला इच्छामरण देणं हा सर्वात अंतिम उपाय असायला हवा, तो देखिल तेव्हा जेव्हा प्राण्यांचे डॉक्टर खात्री देतील की यापुढं कोणताच उपाय करणं शक्य नाही. बऱ्याचवेळा हा अवघड निर्णय घेताना आपल्या मनात अपराधी भावना येऊ शकते. परंतू आपण हे लक्षात घ्यायला हवं की हे आपण प्राण्यांच्या भल्यासाठीच करत आहोत.

जोपर्यंत प्राण्यांचे डॉक्टर इच्छामरण हाच एकमेव उपाय आहे असं सांगत नाहीत तोपर्यंत एक कम्युनिकेटर म्हणून मी स्वत: हा पर्याय कधीच सुचवत नाही. स्वत:हून प्राण्यांना हा प्रश्न विचारायचं मी कटाक्षानं टाळते. मी माझ्या वैयक्तिक प्रॅक्टीसमध्ये हे तत्व नेहमीच पाळते आणि मी माझ्या वाचकांना देखिल हीच विनंती करू इच्छिते की त्यांनी देखिल हे तत्व पाळावं.

बरेचसे प्राणी त्यांची शारीरिक स्थिती कितीही खालावली असली तरी त्यांच्या पालकांना विनंती करतात की त्यांना नैसर्गिक मृत्यूच येऊ द्यावे.

यापूर्वी सांगितलेल्या सोनिया आणि सॅमीच्या गोष्टीवरून आपल्या लक्षात येईल की इच्छामरणाच्या बाबतीत प्राण्याच्या इच्छेला सर्वाधिक महत्व असतं. तर याउलट काही केसेसमध्ये प्राणीच त्यांच्या पालकांना इच्छामरण देण्याची आणि जीवनातून मुक्त करण्याची विनंती करतात. त्यांच्या पालकांनी त्यांना इच्छामरण देऊन मुक्ती द्यावी हा त्यांच्या आत्म्याच्या कराराचाच एक भाग असू शकतो.

मी एकदा रोव्हर नावाच्या कुत्र्याशी संवाद साधला होता. त्याला प्राणीमित्रांनी वाचवलं होतं आणि त्याला बऱ्याच शारीरिक व्याधी जडल्या होत्या, त्याला बऱ्याचवेळा फिटस् यायच्या. त्याच्या खालावलेल्या प्रकृतीमुळं बऱ्याच प्राण्यांच्या डॉक्टरांनी त्याच्यासाठी इच्छामरणाचा मार्ग सुचवला होता. पण त्याच्या पालकाला हा निर्णय घेणं अवघड जात होतं म्हणून तिनं माझ्याशी संपर्क साधला होता. मी जेव्हा रोव्हरशी संवाद साधला तेव्हा त्यानं मला सांगितलं की पालकांसोबतचा त्याचा आत्मिक करार हा तिला जबाबदारी शिकवणं हा होता.

त्याच्या पालकानंच तर त्याची सुटका केली होती आणि तिनं जर सुटका केली नसती तर त्याचं जीवन कधीच संपून गेलं असतं.

त्याला उत्तम आयुष्य देण्यासाठी तिनं केलेल्या प्रयत्नांचं त्यानं कौतुक केलं आणि आभारही व्यक्त केला. सततच्या औषधोपचारांमुळं स्वत:हून नैसर्गिकरित्या देह त्यागण्याची त्याची क्षमता क्षीण झाली होती.

आपला देह त्यागून पुढच्या प्रवासाला जाण्यासाठी लागणारी मदत त्याच्या पालकानी करावी अशी रोव्हरची तिच्याकडून अपेक्षा होती. त्यानं त्याच्या पालकाला विनंती केली की 'मला इच्छामरण देऊन माझ्या मुक्तीचा मार्ग मोकळा करा'.

दुसऱ्या एका रेस्क्यू केसमध्ये डॅन नावाच्या मांजरीला अर्धांगवायूचा झटका आला होता आणि प्राण्यांच्या डॉक्टरांना कोणत्याही प्रकारचा आशेचा किरण दिसत नव्हता. ती वेदनेनी तळमळत होती. रेस्क्यू करणाऱ्या

स्त्रीनं माझ्याशी संपर्क साधला आणि डॅनशी संवाद साधण्याची मला विनंती केली. अर्धांगवायूमुळं तिचं आरोग्य खूपच खालावलं होतं त्यामुळं प्राण्यांच्या डॉक्टरांनी तिच्यासाठी इच्छामरणाचा मार्ग सुचवला होता. जेव्हा मी डॅनला तिचं मत विचारलं तेव्हा तिनं तब्येत सुधारण्यासाठी आणखी काही काळ देण्याची विनंती केली. डॅननं सांगितलं की बरं होण्याची तिचीही मनापासून इच्छा आहे आणि जर पालकानी मदत केली तर ती लवकरच बरी होईल. पालकानी त्याच्या इच्छेला मान देऊन पुढे उपचार सुरू ठेवण्याचं ठरवलं.

सहा महिन्यांनी डॅन संपूर्णपणे बरी झाली आणि जणू काही घडलंच नाही अशाप्रकारे उड्या मारू लागली होती. प्राण्यांच्या डॉक्टरांना पण मनापासून आनंद झाला आणि हा चमत्कार पाहून ते ही आश्चर्यचकित झाले.

प्रत्येक प्राण्याचं इच्छामरणाबद्दल एक विशिष्ठ आणि निराळं मत असतं. ॲनिमल कम्युनिकेशनमधील इतर बाबींप्रमाणं सगळ्यांसाठी लागू पडेल असं एकच उत्तर कधीच नसतं. आपण जोपर्यंत प्राण्याशी बोलून त्याचं मत जाणून घेत नाही तोपर्यंत आपल्याला त्याची नेमकी काय इच्छा आहे हे समजत नाही.

त्यांना खरोखरीच काय वाटतं हे जाणून घेण्यासाठी आपण तटस्थ राहून त्यांचा दृष्टिकोन समजून घ्यायला हवा.

भाग ३

वर्तन आणि आरोग्यविषयक समस्या

बऱ्याच लोकांना आपल्या प्राण्यांना अधिक चांगल्या प्रकारे जाणून घ्यायचं असतं त्यामुळं ते माझ्याशी संपर्क साधतात. त्यांच्यापैकी बऱ्याच जणांना आपल्या प्राण्यांच्या वर्तनात बदल घडवून आणायचा असतो कारण त्यांच्या पालकांसाठी ते वर्तन त्रासदायक असतं.

मी बऱ्याच प्राण्यांशी त्यांच्या आजारांसंबंधी देखिल बोलते जेणेकरून त्यांच्या पालकांना प्राण्यांचं मत आणि पालकांकडून त्यांच्या काय अपेक्षा आहेत हे समजेल. दोन माणसांप्रमाणंच संवादामुळं प्राणी आणि त्याच्या पालकांमधले भावबंध अधिक दृढ होतात.

माणूस आणि प्राणी यांच्यामधली वर्तनाची समज ही संपूर्णत: निराळी असते. आपण संदेश पोहोचवण्यासाठी भाषेचा उपयोग करतो तर बहुतांश प्राणी हे एखाद्या विशिष्ठ वर्तनाच्या माध्यमातून आपला संदेश पोहोचवतात. एक माणूस म्हणून कधीकधी आपण पुरेसं लक्ष न दिल्यानं त्यांचा संदेश समजू शकत नाही आणि त्यांच्या वर्तनाचा चुकीचा अर्थ लावतो.

वरवर पाहता एखादं विशिष्ठ वर्तन किंवा प्राण्यांमध्ये दिसणारा एखादा आजार हा संदेश पोहोचवण्याचं माध्यम देखिल असू शकतो किंवा तो आपलं लक्ष वेधून घेण्याचा एक प्रयत्न देखिल असू शकतो.

प्राणी पुढील प्रकारे आपल्याशी संवाद साधतात:

१. टेलिपॅथिक कम्युनिकेशन

२. देहबोली

३. वर्तनविषयक समस्या

४. आरोग्य

बऱ्याचशा केसेसमध्ये जेव्हा प्राण्यांमध्ये वर्तन किंवा आरोग्यविषयक बदल आढळतात तेव्हा कम्युनिकेटर म्हणून आमच्या लक्षात येतं की एकतर त्यांच्या पालकांकडून त्यांच्या सुरूवातीच्या दोन प्रकारच्या संदेशांकडं (टेलिपॅथिक आणि देहबोली) दुर्लक्ष झालं आहे किंवा त्यांनी त्याचा चुकीचा अर्थ लावला आहे.

ज्यामुळं प्राण्यांना पुढच्या दोन प्रकारांकडं वळावं लागतं (वर्तनविषयक समस्या आणि आरोग्य)

अशा परिस्थितीमध्ये प्राण्यांना आपला संदेश पोहोचवण्यासाठी आपली शक्ती वर्तनविषयक समस्या आणि आरोग्यविषयक बदल यामध्ये खर्च करावी लागते.

आपण मागच्या विभागामध्ये आत्मिक करार आणि उद्देश याबद्दल जी चर्चा केली त्याच्याशी याचा जवळचा संबंध आहे.

प्रकरण १२

ॲनिमल कम्युनिकेटर म्हणून आपली भुमिका

प्राण्यांसोबतचं आपलं नातं अधिक दृढ करण्यासाठी ॲनिमल कम्युनिकेशनचा खूपच उपयोग होतो. ॲनिमल कम्युनिकेशनच्या माध्यमातून आपण प्राणी आणि त्यांचा दृष्टिकोन याबद्दल अधिक चांगल्या प्रकारे जाणून घेऊ शकतो. आपण प्राण्यांशी ऊर्जेच्या माध्यमातून जुळतो आणि त्यामुळं ऊर्जेच्या माध्यमातून आपण त्यांच्या समस्या आणि दृष्टिकोन समजून घेऊ शकतो.

अस्तित्वात असणारी प्रत्येक गोष्ट म्हणजे ऊर्जा आहे, आणि त्यामुळंच वर्तन आणि आरोग्यविषयक समस्या या विस्कळीत झालेल्या ऊर्जेचं प्रकट रूप आहेत. ही बाब समजून घेऊन प्राण्यांचा संदेश पालकांपर्यंत पोहोचवणं ही कम्युनिकेटर म्हणून आपली जबाबदारी आहे.

आपण बिहेवियरल थेरपिस्ट किंवा प्रशिक्षक म्हणून काम करत नाही. आपण प्राण्यांच्या वर्तनात 'सुयोग्य' बदल घडवून आणू किंवा त्यांच्या अन्य समस्यांचं निराकरण करू असा दावा करत नाही.

माझ्या प्रॅक्टीसमध्ये जेव्हा मला वर्तनविषयक किंवा आरोग्य समस्यांसाठी प्राण्यांशी संवाद साधायची विनंती केली जाते तेव्हा मी अगोदर त्यांच्या पालकांना त्यांना प्राण्यांच्या डॉक्टरांकडून संपूर्ण वैद्यकीय तपासणी करून घ्यायला सांगते. कम्युनिकेशन सोबतच अत्यंत काळजीपूर्वक केलेली वैद्यकीय तपासणी आणि त्यानंतर बिहेवियरल थेरपिस्टचा सल्ला सुचवला जाऊ शकतो.

बऱ्याचशा वर्तनविषयक समस्यांचं मूळ हे आरोग्यविषयक समस्यांमध्ये असतं ज्यांना सुयोग्य निदानाची आणि उपचाराची गरज असते. त्याचप्रमाणं इतर

केसेसमध्ये बिहेवियरल कन्सल्टन्टचा सल्ला घेऊन वर्तनविषयक बदल घडवणं आवश्यक असतं.

ॲनिमल कम्युनिकेटर्स या पहिल्या दोन पायऱ्या वगळून तिसऱ्या पायरीवर काम करतात ती

म्हणजे 'ऊर्जा'.

ॲनिमल कम्युनिकेटर या नात्यानं जरी आपण वैद्यकीय आणि वर्तनविषयक समस्या या क्षेत्रातील तज्ञ नसलो तरी आपण या समस्यांच्या मुळाशी जाऊन मूळ कारण जाणून घ्यायचा प्रयत्न करतो. आणि या मूळ कारणांशी निगडीत ज्या ऊर्जा समस्या आहेत त्यांचं बाह्य रूप प्रकटीकरण कशा प्रकारे होत आहे हे शोधून काढतो.

आपण या विस्कळीत झालेल्या ऊर्जेच्या समस्यांवर अन्य तज्ञांच्या मदतीनं एकत्र काम करतो. परिणामी आपण समस्येचं सर्वंकष समाधान करतो त्यामुळं प्राणी आणि त्यांचे पालक अशा दोघांनाही लाभ होतो.

आपले प्राणी हे आपले मार्गदर्शक असतात. ते काही विशिष्ठ उद्देशानं आपल्या सोबत असतात. आणि याचमुळं ते आपल्या मधल्या काही उणिवांवर लक्ष केंद्रीत करून त्या सुधारण्यासाठी आपल्याला मार्गदर्शन करतात.

बऱ्याचशा केसेसमध्ये प्राणी आणि त्यांच्या पालकांमध्ये या समस्यांचं निराकरण केल्यामुळं सकारात्मक ऊर्जा बदल झालेले दिसतात. आणि म्हणूनच यशस्वी उपायासाठी प्राणी आणि पालक अशा दोघांनीही एकत्रित प्रयत्न करणं आवश्यक आहे. अगोदरच्या विभागामध्ये सांगितल्याप्रमाणं हे सर्व प्राण्यांच्या आत्मिक उद्देश आणि करारासोबत जोडलेलं आहे.

प्राण्यांशी संवाद साधताना या संकल्पना एकत्रितपणे राबवणं आवश्यक आहे. ॲनिमल कम्युनिकेशनमध्ये आपण आत्तापर्यंत चर्चा केलेल्या आणि यापुढील विभागांमधील काही संकल्पना आपल्याला अनुभवायला मिळतील.

प्रत्येक कम्युनिकेशनच्यावेळी ही बाब लक्षात ठेवणं अत्यंत आवश्यक आहे. आपण जरी प्रत्येक संकल्पना स्वतंत्ररित्या शिकत असलो तरी ॲनिमल कम्युनिकेशन करताना या संकल्पना एकत्रितपणे राबवणं आवश्यक आहे.

एखादा प्राणी विशिष्ठ पद्धतीनं का वागत आहे याचं कारण जाणून घेणं आणि ते त्यांच्या पालकांपर्यंत पोहोचवणं ही ॲनिमल कम्युनिकेटर म्हणून आपली जबाबदारी आहे.

काही सर्वसामान्यपणे आढळणाऱ्या वर्तनविषयक आणि आरोग्यविषयक बाबी:

- वारंवार मोठमोठ्याने ओरडणं
- सतत खात राहणं आणि अपचन
- वस्तू खरवडणं, मोडून टाकणं आणि सतत भुंकणं
- सारखं लपून बसणं किंवा त्यासारखे अन्य तणावपूर्ण वर्तन
- आरोग्यविषयक तक्रारी, इन्फेक्शन आणि वारंवार आजारी पडणं

एकदा का आपण प्राण्यांशी संवाद साधायला सुरूवात केली की त्यांच्या वर्तनविषयक किंवा आरोग्यविषयक तक्रारींचं मूळ शोधणं आवश्यक आहे.

कदाचित असंही असू शकेल की तुम्हाला वाटणाऱ्या वर्तनविषयक आणि आरोग्यविषयक किंवा अन्य कोणत्याही समस्या या खरंतर प्राण्यांच्या दृष्टीनं सामान्य बाबी असू शकतील. यापैकी काही समस्यांचं मूळ हे भावनिक, आत्मिक किंवा ऊर्जेच्या विस्कळीतपणामध्ये असू शकतं.

ॲनिमल कम्युनिकेटर म्हणून आपला उद्देश हा प्राणी आणि पालक या दोघांना समान प्रतलावर आणून त्यांचे विचार एकमेकांपर्यंत पोहोचवणं हा आहे.

'**संवाद साधणे**' इतकंच आपलं काम आहे. आपल्या कार्यक्षेत्राच्या बाहेरच्या कोणत्याही क्षेत्रात जसं की बिहेवियरल थेरपी, वैद्यकीय उपचार आणि प्रशिक्षण आपण घुसखोरी करू नये.

आपण प्राण्यांच्या वर्तनात बदल घडवून आणू शकत नाही, त्यांना माणसाळवू शकत नाही किंवा कोणतेही वैद्यकीय निदान आणि उपचार करू

शकत नाही. आपण केवळ त्यांच्याशी संवाद साधून त्यांचा संदेश पालकांपर्यंत आणि पालकांचा संदेश त्यांच्यापर्यंत पोहोचवू शकतो. हा संवाद प्राणी आणि पालक या दोघांनाही एकमेकांबद्दल जाणून घ्यायला आणि या माध्यमातून अडचणी सोडवायला मदत करतो.

बऱ्याचवेळा पालकांनी या संवादामधून काय निष्पत्ती अपेक्षित आहे हे मनाशी ठरवलेलं असतं. परंतू आपण हे लक्षात घेतलं पाहिजे की ॲनिमल कम्युनिकेटर म्हणून आपली जबाबदारी ही केवळ प्राण्याचं खरंखुरं मनोगत जाणून घेण्याची आहे.

आपल्या संवादानंतर प्राण्याचं वर्तन बदलेलंच असं आपण ठामपणे सांगू शकत नाही. संवादानंतर प्राण्यामध्ये निश्चित सुधारणा होईल अशी आपण खात्री देऊ शकत नाही. आपण केवळ प्राणी आणि पालकांमधला दुवा आहोत. एखाद्या पोकळ हाडाप्रमाणं आपण कम्युनिकेटर म्हणून संपूर्ण प्रामाणिकपणे मध्यस्थाची भुमिका निभावणं आवश्यक आहे.

हे आपल्या स्वतःच्या आणि आपल्या क्लायंटच्या प्राण्यांच्या बाबतीतही लागू होते. आपण प्राण्याला केवळ विनंती करू शकतो पण अंतिम बदल घडवणं हे प्राण्याच्या इच्छेवर अवलंबून आहे, त्यांच्या पालकांनी देखिल यामध्ये सक्रिय सहभाग घेणं आवश्यक आहे.

प्रकरण १३

मिररींग आणि टॅकिंग ऑन (अनुकरण करणे आणि आपल्या अंगावर घेणे)

या अगोदर चर्चा केल्यानुसार बऱ्याचशा वेळा वर्तनविषयक किंवा आरोग्यविषयक बदल या दोन मार्गांनी आपल्यासमोर प्राणी त्यांच्या समस्या मांडतात. पुढील दोन प्रमुख मार्गांनी ते आपल्यापर्यंत त्यांचे संदेश पोहोचवतात.

१. मिररींग (अनुकरण करणे)

प्राणी जर प्रेमळ, काळजीवाहू वातावरणात राहिले तर त्यांचं वागणंही तसंच बनतं, त्याचप्रमाणं कठोर आणि असुरक्षित वातावरणात राहणाऱ्या प्राण्यांचं वर्तन देखिल त्याप्रमाणं घडतं.

आपण याकडं कितीही डोळेझाक करायचा प्रयत्न केला तरी प्राणी आणि मानवाच्या माध्यमातून निसर्ग स्वत:ला व्यक्त करत असतो. आणि म्हणूनच समुद्रकिनारी राहणारे सजीव समुद्राप्रमाणेच चैतन्य, कला आणि सर्जनशीलतेने परिपूर्ण असतात. तर पहाडी भागातील सजीवांमध्ये भाषा, संस्कृती आणि मनोरंजनाच्या बाबतीत वैविध्य आढळते.

निसर्ग आणि तेथील लोकांमध्ये एकरूपता आढळते. मग तो दलदलीचा प्रदेश असो किंवा कोरडे रखरखीत वाळवंट, आर्द्र हवामानाचा प्रदेश असो किंवा बर्फाळ प्रदेश, तेथील लोक निसर्गाशी तादात्म्य पावलेले असतात. माणसं आणि प्राण्यांच्या माध्यमातून निसर्ग आपलं मूळ रूप व्यक्त करत असतो आणि ते जणू निसर्गाचा आरसाच असतात.

मिररींग किंवा अनुकरण करण्याबाबत बोलायचं झालं तर प्राणी बऱ्याचवेळा त्यांच्या पालकांच्या सवयी आणि वर्तनाचं अनुकरण करतात. मिररींग हा नक्कल करण्याचाच एक प्रकार आहे. जेव्हा आपण प्राण्याला एखाद्या विशिष्ठ प्रकारे वागताना पाहतो तेव्हा तो आपल्या सवयी, मानसिक आरोग्य आणि आपल्या श्रद्धा किंवा जीवनशैली यांचं अनुकरण करत असण्याची दाट शक्यता असते.

सुरूवातीला हे जरी असंभव वाटत असलं तरी एक पाऊल मागे जाऊन आपल्या स्वतःच्या वर्तनाचा लेखाजोखा घेणं आणि मगच पुढे जाणं योग्य ठरतं.

- माझा प्राणी मला काय सांगू पहात आहे?
- माझा प्राणी मला माहित नसलेल्या माझ्याच एखाद्या रूपाचं दर्शन मला घडवत आहे का?

जेव्हा प्राणी नेहमीपेक्षा निराळं वर्तन करतात किंवा वारंवार आजारी पडू लागतात तेव्हा आपण स्वतःला वरीलप्रमाणे प्रश्न विचारायला हवेत आणि त्यायोगे आपले दोष ओळखून त्यामध्ये सुधारणा करायला हवी.

ज्याप्रमाणं आरसा आपल्याला आपलं खरं रूप दाखवतो त्याचप्रमाणं आपल्या आयुष्यात अशाच एखाद्या बाह्य शक्तीची गरज असते जो आपल्याला आपले गुण - दोष दाखवू शकेल. प्राणी आपल्या आयुष्यात एखाद्या आरशाप्रमाणं काम करतात आणि आपल्याला सत्याचा मार्ग दाखवतात. ॲनिमल कम्युनिकेटर म्हणून आपण प्राणी आपल्याला त्यांच्या वर्तनामधून काय सुचवू पहात आहेत हे समजून घ्यायला हवं आणि त्यांच्या पालकांपर्यंत ते पोहचवायला हवं.

बऱ्याचवेळा आपण आपल्यामधील दोषांकडं दुर्लक्ष करतो किंवा आपल्या व्यक्तिमत्वांमधील उणिवा झाकायचा प्रयत्न करतो. आपल्या वर्तनदोषांची नक्कल करून प्राणी आपल्याला आपल्यामधील कमतरतांची जाणीव करून देतात.

एखाद्या आरशाप्रमाणं प्राणी आपल्याला आपले दोष आणि उणिवा दाखवून देतात आणि आपल्याला स्वतःमध्ये बदल घडवण्याची आठवण करून देतात.

आपल्याला स्वत:मध्ये न जाणवलेल्या किंवा आपण दुर्लक्ष केलेल्या उणिवा ते आपल्याला दाखवून देतात.

प्राण्यांच्या वर्तनविषयक किंवा आरोग्यविषयक समस्यांसाठी आपल्याला प्राण्यांच्या डॉक्टरांचा किंवा बिहेवियरल थेरपिस्टचा सल्ला घेणं आवश्यक आहे. ॲनिमल कम्युनिकेटर या नात्यानं आपण प्राण्यांच्या ऊर्जेवर काम करतो. प्राणी आणि झाडं दोघंही त्यांच्या पालकांचं अनुकरण करतात. आपण जेव्हा आपल्या प्राण्याला विचित्र वागताना पाहतो किंवा त्यांच्या काही विशिष्ट आरोग्यविषयक तक्रारी आपल्या लक्षात येतात तेव्हा आपण त्यामागचं कारण शोधून काढणं अतिशय आवश्यक आहे.

हाच नियम आपल्याला आणि आपल्या क्लायंटना देखिल लागू होतो. जर आपल्या क्लायंटनी आपल्याकडं त्यांचा प्राणी विचित्र वागत आहे अशी तक्रार केली तर आपण त्या प्राण्याला त्याच्या वागण्यामागचं कारण विचारून घ्यायला हवं. बऱ्याचवेळा त्यांच्या पालकांच्या वर्तनामधूनच काही विशिष्ठ गोष्टी स्पष्ट होतात. परंतू असंच वर्तन प्राणीही करू लागला तर मात्र पालक वैतागतात आणि याचं मूळ आपल्यामध्येच आहे हे त्यांच्या लक्षातच येत नाही.

या संकल्पनेवर अधिक प्रकाशझोत टाकण्यासाठी मी काही खरीखुरी कम्युनिकेशन्स गोष्टीरूपात सांगत आहे.

आयेशा तिच्या कुत्र्याची स्क्रॅबीची तक्रार घेऊन माझ्याकडं आली होती. स्क्रॅबी आयेशाच्या आईवर सतत गुरगुरायचा आणि भुंकायचा परंतू घरातील इतर सदस्यांसोबत खूप मैत्रीपूर्ण, खेळीमेळीनं वागायचा. केवळ आयेशाच्या आईसोबतच स्क्रॅबी असं वागायचा याचा आयेशाला खूप त्रास व्हायचा. अशा गोष्टी कम्युनिकेटर्ससाठी खरोखरीच आव्हानात्मक असतात. जेव्हा क्लायंट अशी तक्रार घेऊन आपल्याकडं येतात तेव्हा आपण बिहेवियरल थेरपिस्ट नसून फक्त कम्युनिकेटर्स आहोत याचं भान ठेवणं अतिशय आवश्यक आहे. आपण हरवलेल्या प्राण्यांच्या केस, वर्तन समस्यांच्या केस आणि आरोग्याच्या तक्रारींच्या केस यामध्ये फरक करत नाही.

आपण प्राण्याचं वर्तन सुधारण्याचा प्रयत्न न करता त्याच्याशी संवाद साधून समस्येचं मूळ जाणून घेणं आवश्यक आहे.

आणि मी देखिल नेमकं हेच केलं. स्क्रॅबीशी संवाद साधला तेव्हा त्यानं सांगितलं की तो पण तेच करतो जे कुटुंबातील इतर व्यक्ती आईसोबत करतात. त्यानं सांगितलं की कुटुंबातील प्रत्येक व्यक्ती आपला वैताग, राग आईवर काढतात. आणि तो देखिल त्यांचंच अनुकरण करत आहे.

त्यानं हे देखिल सांगितलं की आयेशाची आई ही घरातील अशी एकमेव व्यक्ती आहे जिच्यामध्ये आत्मविश्वास नाहीये. स्क्रॅबीच्या मते त्यानं आईशी असं वागल्यामुळं कुठंना कुठंतरी आईचा आत्मविश्वास वाढायला मदत होईल. जेव्हा मी हे आयेशाला सांगितलं तेव्हा तिला प्रचंड धक्का बसला. तिनं कबुल केलं की सगळेच जण राग काढण्यासाठी तिच्या आईचा उपयोग करतात.

क्लायंट आणि तिच्या कुटुंबियांनी आईसोबतच्या वागण्यात सुधारणा करायला आणि जाणीवपूर्वक तिच्याशी प्रेमानं बोलायला सुरूवात केली. त्यांनी त्यांच्या वागण्यामध्ये सुधारणा केल्यानंतर आपोआपच स्क्रॅबीचं आईसोबतचं वर्तन सुधारलं. इतकंच नाही तर आयेशाच्या आईनं स्वतःच्या आत्मविश्वासावर काम करायला सुरूवात केली. ती स्क्रॅबीसोबत आणि इतरांसोबत अधिक आत्मविश्वासानं वागायला लागली जे तिच्या वागण्यामधून दिसायला लागलं.

काही आठवड्यानंतर आयेशाच्या कुटुंबियांच्या आणि आईच्या एकत्रित प्रयत्नांमुळं स्क्रॅबीच्या गुरगुरण्यामध्ये आणि सतत भुंकण्यामध्ये सुधारणा झाली.

प्राण्यांच्या प्रत्यक्ष कृतीवर काम करण्यापेक्षा त्यामागचं मूळ शोधून त्याचं निराकरण करणं किती आवश्यक आहे याचं ही गोष्ट हे एक अप्रतिम उदाहरण आहे.

या गोष्टीमध्ये स्क्रॅबीचं आयेशाच्या आईवर गुरगुरणं, भुंकणं याचं मूळ हे तिच्या कुटुंबियांच्या आईसोबतच्या चुकीच्या वर्तनामध्ये होतं. कुत्रा केवळ घरातल्या लोकांचं अनुकरण करत होता.

इतर पालक केवळ प्राण्याच्या वर्तनाकडेच पाहतात पण आपण एक कम्युनिकेटर म्हणून त्या कृतीमागचं मूळ कारण जाणून घेणं आवश्यक आहे.

जेव्हा तुम्ही पालक म्हणून तुमच्या प्राण्याच्या काही तक्रारी सांगता तेव्हा सर्वप्रथम तुम्ही तुमच्या स्वतःच्या वागण्याचं विश्लेषण केलं पाहिजे. जर तुम्हाला तुमच्या प्राण्यामध्ये बदल घडावा असं वाटत असेल तर सर्वप्रथम स्वतःमध्ये तो बदल घडवून आणा आणि मगच प्राण्यामध्ये तो बदल घडेल अशी अपेक्षा करा.

लक्षात घ्या आपले प्राणी हे आपलं अनुकरण करत असतात. आपल्या वर्तनामध्ये सकारात्मक बदल घडवून आणल्यामुळं आपला प्राणीसोबती तेच बदल त्याच्याही मध्ये घडवून आणतो आणि वर्तनविषयक समस्या आपोआपच दूर होतात.

काही वर्तनविषयक समस्या या प्राण्यांना पूर्वी आलेल्या वाईट अनुभवाचा परिणाम असतात. असे वेदनादायी अनुभव बऱ्याचवेळा त्यांच्या व्यक्तिमत्वावर एक कायमचा ओरखडा उठवून जातात.

टँगोची एका घराच्या बाल्कनीमधून सुटका करण्यात आली होती, जिथं तो जवळपास एक महिना अन्न पाण्याशिवाय अडकला होता. त्या घरातल्या लोकांनी टँगोला आणि त्याच्या मादी जोडीदाराला अत्यंत क्रुरपणे जवळपास एक महिनाभर बाल्कनीमध्ये कोंडून ठेवलं होतं. त्या काळात त्याची मादी जोडीदार मरण पावली.

जेव्हा त्याची सुटका करण्यात आली तेव्हा त्याची स्थिती अतिशय वाईट होती. त्याचं प्रचंड कुपोषण झालं होतं, त्याचं शरीर डिहायड्रेट झालं होतं आणि त्याच्या शरीरावर पिसवा झाल्या होत्या (टिक्स इन्फेक्शन). त्याची सुटका करणाऱ्या स्त्रीनं जिवापाड मेहनत करून त्याच्या तब्येतीत सुधारणा घडवून आणली. टँगोला त्याचं स्वतःचं घर मिळेपर्यंत मी तात्पुरतं माझ्या घरी आणलं होतं. पण आम्हाला याची कल्पनाच नव्हती की तो आमच्याच कुटुंबाचा एक हिस्सा बनणार आहे.

यानंतर टँगोला अधुनमधून भितीचे झटके यायचे. त्याला थोडावेळ जरी एकटं सोडलं तरी तो घाबराघुबरा व्हायचा. आम्ही त्याला काही

मिनीटांसाठी जरी एकटं सोडलं तरी तो रडायला आणि विव्हळायला लागायचा. आम्ही त्याला अगदी थोड्या वेळासाठी देखिल एकटं सोडू शकायचो नाही अन्यथा तो रडून आणि भुंकून घर डोक्यावर घ्यायचा.

एके दिवशी मात्र मी त्याच्याशी या विषयावर बोलायचं ठरवलं. मी त्याला विचारलं की काही वेळ जरी त्याला एकटं सोडलं तरी तो लगेच रडायला का सुरू करतो, त्याला नेमकी काय वाटते? तो काही मिनिटंसुद्धा एकटा का राहू शकत नाही?

टँगोनं मला जे सांगितलं त्याची धूसर कल्पना मला आधीपासूनच होती. पण त्याची ज्या परिस्थितीतून सुटका करण्यात आली होती आणि त्याबद्दलचं त्याचं मत हा माझ्यासाठी बरंच निराळं होता.

त्यानं सांगितलं की जेव्हापासून त्याला त्याच्या मादी जोडीदारा सोबत जवळपास एक महिना कोंडून ठेवलं होतं तेव्हापासून काही मिनिटं जरी त्याला एकटं ठेवलं तर त्याचं शरीर एका विशिष्ठ प्रकारच्या प्रतिक्रिया द्यायला सुरूवात करायला लागलं होतं. त्याच्या मेंदूतील यंत्रणे अचानक कार्यरत होतात आणि त्याच्या शरीरामध्ये आणिबाणीची परिस्थिती निर्माण करतात (फाईट ऑर फ्लाईट मोड).

टँगो हे देखिल म्हणाला की त्याला खात्री वाटते की माझे कुटुंबिय किंवा मी त्याचा त्याग करणार नाही पण तरीही त्याच्या शरीरावर अजूनही त्या जुन्या घटनांचे पदसाद उमटतातच.

त्यानं मला खात्री दिली की माझ्या कुटुंबियांकडून मिळणाऱ्या माया, काळजी आणि प्रेमामुळं त्याचं मन आणि शरीर अशा दोन्हीच्याही जखमा लवकरच भरून येतील. आपलं शरीर जेव्हा संकटात सापडतं तेव्हा त्याची जी प्रतिक्रिया होते त्याच्याशी हे खूपच मिळतंजुळतं आहे. जसं की जेव्हा आपल्याला कोणीतरी केवळ थप्पड मारण्याचा आव आणतं तेव्हा आपण पटकन आपलं शरीर आक्रसून घेतो किंवा थ्री डी चित्रपट पाहताना आपल्याकडे उडत येणाऱ्या वस्तूला आपण चुकवण्याचा प्रयत्न करतो.

आपल्या मनाला माहिती असतं की आपण खरोखरीच संकटात सापडलो नाहीये पण आपलं शरीर मात्र नकळतपणे अशी प्रतिक्रिया देऊन जातं. टँगो देखिल अशाच परिस्थिती मधून जात होता.

बऱ्याचवेळा जेव्हा आपण एखादी गोष्ट वारंवार करतो तेव्हा आपल्याला असं वाटतं की आपल्या शरीराला त्याची सवय होऊन जाईल आणि आपण त्या आघातामधून बाहेर येऊ. याला फ्लडींग किंवा इम्प्लोजन थेरपी असं म्हणतात. परंतू पुष्कळ वेळा याच्या विरूद्ध घडतं आणि गोष्टी आणखीनच बिघडतात. टँगोच्या बाबतीत पण असंच काहीसं झालं. मी त्याला एकटं सोडल्यामुळं फायदा व्हायच्या ऐवजी टँगोला त्याचा त्रासच जास्त व्हायला लागला. मला हे लक्षात आल्यावर मी त्याची क्षमा मागितली.

टँगोनं मला खात्री दिली की तो लवकरच ह्या मनस्तिथीतून बाहेर पडले. मी त्याला सांगितलं की तू तुला हवा तेवढा वेळ घे आणि त्याला विनंती केली की जेव्हा तो तयार होईल तेव्हा त्यानं मला त्याला एकटं सोडायला सांगावं. काही महिन्यांनंतर मला एका महत्वाच्या कामासाठी, अगदी काही मिनिटांसाठी, बाहेर जायचं होतं. तेव्हा टँगोनं स्वतः मला विनंती केली की काही मिनिटांसाठी त्याला एकटं सोडावं. त्यानं मला खात्री दिली की तो दहा मिनीटांसाठी एकटा राहील आणि मी काळजी करू नये.

अनपेक्षितरित्या टँगो न रडता किंवा विव्हळता अतिशय नीटपणे एकटा राहिला. त्या दिवसानंतर आम्ही त्याला काही काळासाठी एकटं सोडू, या गोष्टीसाठी तो तयार झाला.

आम्ही त्याला हळुहळू दोन ते तीन तासांपर्यंत एकटं सोडायला लागलो, ज्यासाठी त्याला एक वर्षापेक्षा जास्त वेळ लागला. त्याची पार्श्वभुमी लक्षात घेता माझ्यामते हासुद्धा त्याच्यासाठी एक प्रगतीचा मोठा टप्पा होता.

टँगोची समस्या ही केवळ त्याची नसून प्रत्यक्षात माझ्यामध्ये माणूस म्हणून असणाऱ्या समस्यांचं तो प्रतिनिधित्व करत होता. त्याच्या वागण्यामधून त्यानी मला माझ्या मधल्या उणिवा दाखवून दिल्या आणि सुधारण्याची संधी दिली.

तुम्हाला कुतुहल वाटत असेल की टँगोची गोष्ट आणि त्यामधून घेतलेला धडा याचा माझ्या जीवनाशी काय संबंध आहे? मी माझ्या आयुष्यातली पहिली आठ वर्षं सोळा जणांच्या एकत्र कुटुंबात घालवली. आम्ही जेव्हा स्वतंत्रपणे चौघंच रहायला लागलो तेव्हा देखिल मला कधीच एकट्यानं रहायची वेळ आली नव्हती.

मी नेहमीच कोणत्या ना कोणत्या कारणानं माझ्या कुटुंबा सोबत असायचे. टँगोला एकांताच्या भिती पासून मुक्त करण्याच्या नादात मला हे लक्षात आलं की मी देखिल एकटीच राहू शकत नव्हते. माझ्या नकळत एकटं राहण्यासाठी माझ्या मनाची तयारी व्हायची नाही आणि मला नेहमीच एकटं राहण्याची अनामिक भिती वाटायची.

जोपर्यंत मी टँगोची ही परिस्थिती बघितली नाही तोपर्यंत मला देखिल माझ्या समस्येची जाणीव झाली नाही आणि त्याचं निराकरण करावंसं वाटलं नाही. मी यामधून धडा घेतला आणि माझ्या स्वतःच्या समस्येवर देखिल काम करायला लागले. मी परिस्थितीची सूत्रं माझ्या हातात घेतली आणि स्वतःला माझ्या कम्फर्ट झोनच्या बाहेर काढायला सुरूवात केली.

लवकरच माझ्यामध्ये बदल दिसू लागला. मी निरनिराळ्या देशांना एकटीनंच भेटी दिल्या आणि स्वतःच स्वतःची नीट काळजी घेऊ शकले. माझ्या संपूर्ण आयुष्यातील हा सर्वात मोठा व्यक्तिगत विजय होता. आणि याचं सर्व श्रेय केवळ टँगोलाच जातं.

टँगोची प्रगती आणि माझ्या मधली वैयक्तिक पातळीवरची सुधारणा दोन्हीही एकाच वेळी झाले. माझ्या व्यक्तिमत्वामध्ये कोणते बदल करायला हवेत हे टँगोनंच मला दाखवून दिलं आणि ते कसे करायला हवेत यासाठी देखिल प्रेरणा दिली.

मान्य आहे की या बदलाला पुष्कळ वेळ आणि संयम लागला. सवयींमध्ये बदल घडवायला बराच वेळ लागतो हे आपण लक्षात घ्यायला हवं. त्यामुळं वर्तनविषयक समस्यांवर काम करताना आणि ऊर्जांमध्ये सकारात्मक बदल घडवताना आपण आपल्या प्राण्याला आणि स्वतःलाही पुरेसा वेळ देत आहोत ना याची खात्री करून घ्यायला हवी. अशा समस्या सोडवण्यासाठी प्राणी आणि त्यांचे पालक यांनी नियमितपणे प्रयत्न करायला हवेत.

आपल्यामधील सर्वोत्तम गुण बाहेर काढण्यासाठी प्राणी मिररींगची, अनुकरणाची कशी मदत घेतात हे या अनुभवामधून मी शिकले. टँगोच्या आत्मिक उद्देश आणि करारामुळंच त्याला या समस्यांची जाणीव झाली आणि त्याचवेळी तो माझ्या मनात खोलवर दडलेल्या एकांतवासाच्या भितीचं मिररींग, अनुकरण करत होता. त्याच्या मनातली भिती वर्तनरूपात बाहेर आल्यामुळं मला माझ्या भितीची देखिल जाणीव झाली आणि कालांतरानं प्रयत्नपूर्वक मी त्याच्यावर विजय मिळवू शकले.

तुम्ही जर स्वतःच्या किंवा क्लायंटच्या प्राण्याला विचित्र वर्तन करताना पाहिलंत तर ते आपल्या पालकांचं अनुकरण करत असण्याची दाट शक्यता आहे. त्यांची वर्तनसमस्या ही खरंतर त्यांच्या पालकांच्या समस्येचं प्रतिबिंब असू शकते.

आपल्या जोडीदार मांजराचं निधन झाल्यानंतर एका मांजरानं खाणंपिणं वर्ज्य केलं होतं. ती रात्रभर रडायची. जेव्हा मी तिच्याशी संवाद साधला तेव्हा तिनं सांगितलं की तिचे पालक या दुःखामधून बाहेर यायला तयार नाहीत आणि ती केवळ त्यांचं अनुकरण करत आहे.

तिनं मला हे देखिल सांगितलं की जेव्हा तिचे पालक या गोष्टीचा स्वीकार करतील तेव्हा ती देखिल मूळपदाला येईल. तिच्या पालकांनी या सूचनेचा पूर्णपणे स्वीकार केला आणि दोन दिवसातच ते मांजर पुन्हा हसतंखेळतं झालं.

थोडक्यात सांगायचं झालं तर जर प्राण्यांमध्ये काही वर्तनविषयक समस्या किंवा बदल दिसू लागले तर ते आपल्या पालकांचं अनुकरण करत असण्याची दाट शक्यता असते. प्राण्यांच्या वर्तनाला त्रासदायक किंवा अवघड असं लेबल लावण्यापूर्वी आपण स्वतःचं वर्तन पडताळून पाहणं इष्ट आहे.

२. टेकिंग ऑन

काही वर्तनविषयक कृतींच्या मुळाशी आपल्या जीवनातील घटना असतात ज्यांच्याकडं आपलं फारसं लक्ष गेलेलं नसतं. काही वेळा प्राणी कदाचित आपल्या

पालकांचं दु:ख किंवा आरोग्यविषयक समस्या आपल्या अंगावर घेऊ शकतात आणि वर्तनविषयक समस्या किंवा आरोग्याच्या तक्रारी यांच्या माध्यमातून त्या बाहेर पडतात आणि त्यांच्या पालकांवर होणाऱ्या परिणामाची तीव्रता कमी करतात.

आपले प्राणी विशिष्ठ पद्दतीनं का वागतात याचं हे एक आश्चर्यचकित करणारं उदाहरण आहे. माझ्या स्वत:च्या प्राण्यांसोबत, क्लायंटसोबत आणि क्लायंटच्या प्राण्यांसोबत साधलेल्या असंख्य संवादांमधून 'टेकींग ऑन' या संकल्पनेवरचा माझा विश्वास दृढ झाला आहे.

वरवर पाहता वाटते तितकी 'टेकिंग ऑन' ही संकल्पना सोपी नाही. बऱ्याचवेळा प्राणी पालकांची विस्कळीत झालेली ऊर्जा आपल्या स्वत:वर घेतात आणि पालकांना याची जाणीव देखिल नसते. मी आता तुम्हाला पुन्हा एकदा या पुस्तकात सुरूवातीला सांगितलेल्या 'प्राण्यांना ऊर्जा आणि व्हायब्रेशन्सची जाणीव असते' या संकल्पनेकडे घेऊन जाते. ते आपल्यापेक्षा निसर्गाशी जास्त एकरूप असतात. आपल्याला ज्या गोष्टी शिकायला कदाचित अनेक वर्ष लागू शकतात त्या त्यांना सहजसाध्य असतात.

या असामान्य क्षमतांमुळं प्राणी त्यांच्या पालकांच्या आयुष्यात येऊ शकणाऱ्या खडतर समस्या जाणीवपूर्वक स्वत:कडं वळवून घेतात. माणसांना देखिल ही जन्मजात देणगी लाभलेली असते परंतू आपल्या आजुबाजूच्या नैसर्गिक गोष्टींइतका आपण तिचा म्हणावा तसा लाभ उठवत नाही.

जगामध्ये अशा असंख्य केसेस आहेत ज्यामध्ये प्राण्यांनी त्यांच्या पालकांवर ओढवणारे आजार, मृत्यू किंवा विस्कळीत झालेल्या ऊर्जांमुळं उद्भवणाऱ्या समस्या त्यांच्या स्वत:च्या अंगावर घेतल्या आहेत. यामुळं काही वेळा प्राण्यांची तब्येत खालावली आहे किंवा ते तणावग्रस्त बनले आहेत तर कधीकधी त्यांना मृत्यू देखिल आला आहे. या सर्व गोष्टी त्यांच्या आत्मिक उद्देशाचा आणि कराराचाच एक भाग असू शकतो.

'टेकिंग ऑन' ही संकल्पना 'मिररींग' पेक्षा निराळी आहे. पालकांवर होऊ शकणारे दुष्परिणाम प्राणी स्वत:वर घेतात. प्राण्यांनी त्यांची समस्या स्वत:च्या

अंगावर घेतल्यामुळं माणसांवर होणाऱ्या परिणामांची तीव्रता कमी होते किंवा पूर्णपणे नष्ट होते. यामुळं कदाचित काही अस्वस्थता निर्माण होत असली तरी माणुस सुरक्षित राहतो.

ज्या पद्धतीनं त्यांनी ठरवलं असेल, त्या मार्गानं प्राणी कालांतरानं योग्य औषधोपचार किंवा ऊर्जांमधील सकारात्मक बदलामुळं बरे होतात. आपल्या पालकांसोबत असणाऱ्या आत्मिक उद्देशानुसार काही वेळा गंभीर परिस्थितीमध्ये ते आपला प्राणही गमावतात.

ॲनिमल कम्युनिकेशन मधला महत्वाचा भाग म्हणजे तपशीलांचं सूक्ष्मपणे केलेलं निरीक्षण आणि त्याकडं दिलेलं पूर्ण लक्ष आणि त्यायोगे प्राण्यांना विचारले जाणारे महत्वाचे आणि सुयोग्य प्रश्न.

काही वेळा प्राण्यांवर होणारे दुष्परिणाम पाहून माणसाला लक्षात येतं की आपल्या प्राण्यांनी आपल्यावर कोसळणारं संकट स्वतःवर घेतलं आहे. आपली प्रबळ ज्ञानेंद्रियं, आपल्या भोवतालचा गोतावळा, शहरी धकाधकीचं जीवन आणि आपले प्राधान्यक्रम यामुळं आपल्या प्राण्यामध्ये होणारे सूक्ष्म बदल आपल्याकडून दुर्लक्षित राहू शकतात.

ॲनिमल कम्युनिकेशनचा सराव केल्यामुळं प्राणी कधी आपलं अनुकरण करत आहे आणि कधी 'टेक ऑन' करत आहे हे आपल्याला व्यवस्थित समजायला लागतं. यामुळं आपल्या दैनंदिन आयुष्यामध्ये आपण जर योग्य दृष्टीकोनातून पाहिलं नाही तर ज्याकडं कदाचित दुर्लक्ष होऊ शकतं अशा गोष्टींचं सूक्ष्मपणे निरीक्षण करायला आपण सुरूवात करतो.

माझ्या भारता बाहेरच्या एका क्लायंटनं एक छोटं रोपटं भारतातल्या घरात ठेवलं होतं. बरीच मेहनत करून देखिल ते सुकायला लागलं होतं. त्याच्याशी संवाद साधल्यावर त्यानं सांगितलं की त्याचा पालक कोणत्यातरी दुर्धर रोगानं ग्रस्त आहे आणि ते रोपटं तो आजार स्वतःवर घेऊन पालकाच्या आजाराची तीव्रता कमी करत आहे.

क्लायंटनं नंतर सांगितलं की तो खरोखरीच अतिशय आजारी होता. जेव्हा त्याच्या पालकाची तब्येत सुधारली तेव्हा त्या रोपट्यानं सुद्धा बाळसं

धरलं. यावरून हेच लक्षात येतं की झाडं आणि प्राणी हे आपल्या पालकाच्या व्याधी आपल्यावर घेतात.

माझ्या घराजवळ राहणाऱ्या सौ. गुप्तांना अचानक पोटात दुखायला लागलं. अधिक तपासणी केल्यावर लक्षात आलं की त्यांच्या गर्भाशयामध्ये फायब्रॉईडची गाठ आली होती. त्यांची नाजूक परिस्थिती पाहून डॉक्टरांनी त्यांना ताबडतोब शस्त्रक्रिया करण्याचा सल्ला दिला.

पण शस्त्रकिया करण्यापूर्वीच ती फायब्रॉईडची गाठ अचानक नाहीशी झाली जणू काही ती तिथं नव्हतीच. अचानकपणे त्यांच्या अकरा वर्षांच्या कुत्रीला लैलाला अगदी सौ.गुप्तांसारखीच लक्षणं दिसायला लागली आणि तपासणी केल्यावर तिच्याही शरीरात फायब्रॉईडची गाठ आढळली.

अगदी थोड्या कालावधीमध्ये लैलाची परिस्थिती खूपच गंभीर झाली. तिची परिस्थिती इतकी खालावली की इच्छामरणा शिवाय अन्य कोणताही उपाय उरला नाही. काहीशा अपराधी भावनेनं सौ. गुप्तांनी मला लैलाशी बोलून तिची बाजू समजून घ्यायला सांगितलं.

जेव्हा मी लैलाशी बोलले तेव्हा तिनं मला तिच्या बिघडलेल्या तब्येतीबद्दल सांगितलं. तिनं सांगितलं की तिनं तिच्या पालकांचा, सौ गुप्तांचा आजार स्वतःवर घेतला आहे. तिच्या शरीरातील फायब्रॉईडची गाठ हे त्याचं द्योतक आहे. तिनं हे देखिल सांगितलं की तिच्या पालकांवर काही संकट आलं तर ते स्वतःवर घेणं हा तिच्या आत्मिक कराराचा एक भाग आहे आणि ती तेच करत आहे.

आणि तसंच झालं, लैलानं सौ. गुप्तांचा आजार स्वतःवर घेतला आणि तिच्या पालकांना सुरक्षित ठेवण्याचा तिचा आत्मिक करार तिनं कसोशिनं पाळला.

तिनं पुढं हे देखिल सांगितलं की ती अकरा वर्षांची होती आणि तिच्याकडं असंही फार आयुष्य उरलं नव्हतं. तिचा अंतिमकाळ जवळ

आला होता आणि त्यामुळं तिनं आपला आत्मिक करार पूर्ण करण्यासाठी तिच्या पालकांचा आजार स्वतःवर घेतला.

लैलानं पुढं हे देखिल सांगितलं की तिला इच्छामरण देऊन तिच्या शारीरिक त्रासातून तिला मुक्त करणं ही आता सौ. गुप्तांची जबाबदारी आहे आणि तो त्यांच्या आत्मिक कराराचा एक भाग आहे. लैलाच्या इच्छेनुसार आणि प्राण्यांच्या डॉक्तरांच्या सल्ल्यानुसार सौ. गुप्तांनी तिला इच्छामरण दिलं आणि तिच्या शारिरीक त्रासातून तिला मुक्त केलं.

यानंतर लगेचच सौ. गुप्तांची तब्येत सुधारायला लागली आणि काही महिन्यातच त्या अगदी ठणठणीत बऱ्या झाल्या.

लैलाच्या जाण्याचं दुःख आणि तिला इच्छामरण दिल्याचा सल आजही त्यांच्या मनात आहे. अशा प्रकारे सौ. गुप्तांनी लैलाला इच्छामरण देऊन लैलाला मुक्त केलं आणि तिचा त्रास स्वतःवर 'टेक ऑन' केला किंवा ओढवून घेतला. आणि तो देखिल त्यांच्या आत्मिक कराराचाच एक भाग आहे.

माझ्या प्राणीसोबत्याची टँगोची तो आठ वर्षांचा असताना एका बाल्कनी मधून सुटका करण्यात आली. त्याच्या शरीरावरील केसांमध्ये पिसवा झाल्या होत्या आणि शरीरावर प्रचंड पुरळ आलं होतं आणि संसर्ग झाला होता. कालांतरानं त्याची तब्येत सुधारली पण त्याच्या शरीरावरचा संसर्ग अधुनमधून डोकं वर काढायचा.

प्राण्यांच्या डॉक्टरांनी सांगितलं की हे कायमस्वरूपी थांबवण्यासाठी कोणताही उपाय नाही. त्याला नियमितपणे आंघोळ घालून आपण केवळ त्याची त्वचा स्वच्छ ठेवू शकतो. मी जेव्हा टँगोला विचारलं तेव्हा त्यानं सांगतलं की हा त्याच्या पालकांच्या म्हणजेच माझ्यामधला तणावाचा परिणाम आहे. टँगो माझा तणाव स्वतःवर घेत होता आणि परिणामी त्याला वारंवार संसर्ग आणि पुरळ येत होते.

हे ऐकून खरोखरीच माझे डोळे उघडले. मला स्वप्नात देखिल कधी वाटलं नव्हतं की टँगोच्या पुरळांचा आणि संसर्गाचा माझ्या तणावाशी काही संबंध असेल.

त्यानंतर मी त्याला कधीकधी त्वचा संसर्ग व्हायचं याचं निरीक्षण केलं आणि माझ्या लक्षात आलं की जेव्हा जेव्हा मी अती काम करायचं आणि तणावग्रस्त असायचं तेव्हा तेव्हा त्याला हा त्रास व्हायचा. मी कामामध्ये स्वतःला अक्षरशः झोकून देत होते परंतू त्याचा माझ्या शारीरिक, मानसिक आणि भावनिक आरोग्यावर परिणाम होत होता. परंतू टँगो त्याची तीव्रता कमी करण्यासाठी हा सगळा ताणतणाव स्वतःवर घेत होता आणि त्याच्या दुष्परिणामांपासून माझं रक्षण करत होता.

टँगोनं मला सांगितलं की जसा मला ताणतणाव अधुनमधून यायचा तसा त्याला होणारा संसर्ग आणि पुरळ देखिल अधुनमधून व्हायचं. माझ्या मानसिक ताणाचा माझ्या तब्येतीवर दुष्परिणाम होऊ नये यासाठी टँगो तो सर्व तणाव स्वतः वर घ्यायचा आणि परिणामी त्याच्या अंगावर पुरळ उठायचे.

याचा अर्थ असा नाही की मी त्याच्यावर होणारे वैद्यकीय उपचार थांबवावेत किंवा सगळी सूत्रं माझ्या हातात घ्यावीत. मी यापूर्वी सांगितल्याप्रमाणं आपण ॲनिमल कम्युनिकेटर्सनी काही वैद्यकीय निदान करू नये किंवा उपचारही करू नयेत, प्राण्यांच्या डॉक्टरांना त्यांचं काम करू द्यावं.

त्यामुळं मी त्याच्यावर होणारे वैद्यकीय उपचार सुरूच ठेवले. त्यानंतर जेव्हा कधी टँगोच्या शरीरावर पुरळ किंवा संसर्ग दिसायला लागायचा तेव्हा मी स्वतःला माझ्या व्यस्त दिनक्रमामधून बाहेर काढायचे आणि सुट्टी घ्यायचे. असं केल्यानंतर त्याच्या पुरळांना आणि संसर्गाला आराम पडायचा आणि मला देखिल माझ्या व्यस्त दिनक्रमामधून विश्रांती मिळायची.

आपल्या पालकांचं दुखणं प्राण्यांनी आपल्या अंगावर घेतल्याच्या बऱ्याच केसेस आपल्या आजुबाजूला पहायला मिळतात, जर आपण बारकाईनं पाहिलं

तर ते आपल्या लक्षात येतं. संपूर्ण जगामध्ये अशा बऱ्याच घटना घडलेल्या आहेत ज्यामध्ये पालकांचे आजार प्राण्यांनी आपल्यावर घेतले आहेत. पालकांच्या विस्कळीत झालेल्या ऊर्जा प्राण्यांनी आपल्या अंगावर घेणं हा काही केवळ योगायोग नसून ते केवळ आपला आत्मिक उद्देश आणि आत्मिक करार पूर्ण करतात.

जर तुमचा स्वत:चा जवळचा प्राणीसोबती असेल तर तुम्ही हे कधीनाकधी पाहिलं असेलच. हे कधीकधी आपल्या लक्षात येतं तर कधीकधी येत नाही. पण एकदा का ही बाब आपल्या लक्षात आली की आपल्याकडून याच्याकडं दुर्लक्ष होणं अशक्य असतं.

प्रकरण १४

प्राण्यांची विहित कार्ये

आत्मिक करार आणि उद्देशानुसार प्रत्येक प्राण्याची एक किंवा अनेक कार्यं ठरलेली असतात. ते ज्या वातावरणात आणि ज्या ठिकाणी राहतात, ज्या प्रकारे ते आजुबाजूच्यांशी संबंध ठेवतात आणि इतरांकडून ज्या प्रमाणं त्यांना वागणूक मिळते या सर्व गोष्टींचा त्यांच्या विहित कार्यावर पुष्कळ प्रभाव असतो. त्यांच्या आत्मिक करार आणि उद्देशानुसार करायची ही भौतिक कार्ये असतात. काही कार्ये ठळकपणे दिसत असतात तर काही तितक्या सुस्पष्टपणे लक्षात येत नाहीत.

आमच्या घरातली ट्रूफी नावाची कुत्री तिच्या प्रसन्न आणि लहान मुलांसारख्या वागण्यानं घरातल्या सगळ्यांचं मन प्रसन्न करते, हाच तिचा आत्मिक उद्देश आहे.

आमच्या घरी येणाऱ्या पाहुण्यांचं ती एखाद्या उत्तम यजमाना सारखं अत्यंत प्रेमानं स्वागत करते. तिला नविन लोकांना आणि प्राण्यांना भेटायला अतिशय आवडतं. ती असं काही करते की आमच्या चेहेऱ्यावर हसू येतं आणि काही काळासाठी का होईना आम्ही आमच्या ताणतणावा मधून मुक्त होतो, हेच तिचं आमच्यासाठीचं विहित कार्य आहे.

प्राणी त्यांच्या आत्मिक करार आणि उद्देशानुसार काही विशिष्ठ कार्ये करत असतात. पालकांना संरक्षण देणं, मार्गदर्शन करणं किंवा त्यांच्या व्यस्त दिनक्रमामधील विरंगुळा बनणं, गुरू, सोबती, मार्गदर्शक बनणं, त्यांचं मनोरंजन करणं आणि यासारखं बरंच काही त्यांच्या विहित कार्याच्या अंतर्गत येतं.

मला एक गोष्ट आठवते ज्यामुळं तुमच्या लक्षात येईल की प्राणी स्वत:वर नविन कार्याची जबाबदारी कशा प्रकारे घेतात. भारतात राहणाऱ्या अंशु आणि तिच्या नवऱ्यानं करीयरसाठी भारताबाहेर जाण्याचा निर्णय घेतला. त्यांच्या कुत्र्याला बर्नीला त्यांच्या सोबत घेऊन गेले.

लवकरच ते जोडपं त्यांच्या नविन आयुष्यात स्थिरस्थावर व्हायला लागलं पण बर्नी मात्र अस्वस्थ दिसायचा. अंशुच्या शब्दात सांगायचं झालं तर एका आनंदी आणि खेळकर कुत्र्याचं रूपांतर गंभीर आणि चंचल कुत्र्यामध्ये झालं होतं. लक्ष्यात घ्या की आनंदी, खेळकर, गंभीर किंवा चंचल ह्या सर्व प्राण्याच्या पालकांनी गृहीत धरलेल्या भावना आहेत पण प्राण्याची कृती नव्हे. ऑनिमल कम्युनिकेटर म्हणून प्राण्यांच्या वागण्यामागचं मूळ कारण शोधणं हे आपलं काम आहे. येणाऱ्या काही प्रकरणांमध्ये आपण याबद्दल सविस्तर चर्चा करू.

जेव्हा मी त्याच्या पालकांना त्याच्या गंभीर आणि चंचल वागण्याची उदाहरणं विचारली तेव्हा त्यांनी सांगितलं की आम्ही फिरायला बाहेर पडलो की जवळ येणाऱ्या माणसांवर तो गुरगुरायचा, तो प्राण्यांच्या डॉक्टरांना अजिबात सहकार्य करायचा नाही, कोणालाही त्याला स्पर्श करू द्यायचा नाही आणि घरी आलेल्या प्रत्येक माणसावर तो गुरगुरायचा हे आणि यासारखी बरीच उदाहरणं त्यानं सांगितली.

एका दुर्दैवी घटनेमध्ये त्याने घरी आलेल्या एका स्त्रीवर हल्ला केला त्यामुळं खूप मोठी समस्या उभी राहिली होती. बर्नीच्या विरुद्ध तक्रार नोंदवली गेली आणि त्याच्या कुटुंबियांना त्याला ताब्यात ठेवण्याची तंबी दिली गेली अन्यथा त्याला इंजेक्शन देऊन कायमचं झोपवण्यात येईल (इच्छामरण) असं सांगण्यात आलं होतं.

त्याच्या चिंताग्रस्त आणि हतबल झालेल्या पालकानी अंशुनी म्हणूनच माझ्याशी संपर्क साधला होता. इतक्या खेळकर आणि आनंदी कुत्र्यामध्ये असा अचानक बदल कसा काय झाला हे अंशुला शोधून काढायचं होतं.

मी बर्नीला विचारलं की आपला देश सोडून परदेशात येताना त्याला कसं वाटलं? त्यानं सांगितलं की त्याच्या कुटुंबियांनी त्याला त्यांच्या सोबत आणलं म्हणून तो त्यांचा ऋणी आहे.

त्यानं हे देखिल सांगितलं की त्याला परदेशी आणण्यात त्याचा पालकांच्या मनामध्ये कोणताही संदेह नव्हता. परंतू नविन वातावरणाशी जुळवून घेणं त्याला अवघड जात होतं आणि नेमकं हेच जाणून घ्यायला त्याचे पालक कमी पडले.

त्याला नविन वातावरणाशी जुळवून घ्यायला जमतं आहे की नाही याची तपशीलवार चर्चा त्याच्या पालकांनी करावी अशी अपेक्षा नव्हती पण किमान त्याचा विचार करावा असं त्याला वाटत होतं.

बर्नीला देखिल त्याच्या पालकांप्रमाणंच नविन देश, तिथलं वातावरण, लोक, हवामान या सगळ्याशी जुळवून घ्यायला अवघड गेलं. त्यानं पुढं हे देखिल सांगितलं की अंशुचा नवरा अंशु आणि त्यांच्या छोट्या मुलीला घरी एकटं सोडून वारंवार कामानिमित्य फिरतीवर असायचा.

अंशुला सर्वस्वी नविन वातावरणाशी जुळवून घ्यायला, एकटीनंच घरातली सगळी कामं करून छोट्या मुलीकडं लक्ष द्यायला अवघड जातंय हे त्याच्या लक्षात येत होतं. बर्नीनं अंशुच्या भावनांचं अनुकरण करायला सुरूवात केली. जसा काळ पुढं गेला तसा बर्नी त्या कुटुंबाचं संरक्षक कवच बनला आणि अंशु व तिच्या बाळाची काळजी घेऊ लागला.

त्याला वाटू लागलं की त्याच्या कुटुंबानं त्याची स्पेस जपावी आणि घरी येणाऱ्या लोकांना त्याच्या जास्त जवळ येऊ देऊ नये. तो आता त्या घराचा रक्षक होता आणि लोकांनी त्याचा आदर करावा असं त्याला वाटत होतं.

मी बर्नीचं सगळं ऐकून घेतलं आणि त्याला सांगितलं की अनोळखी लोकांवर त्यानं असा हल्ला केल्यामुळं तो आणि त्याचे कुटुंबिय संकटात सापडू शकतात. मी त्याला त्याचं कार्य तसंच चालू ठेवण्याची परंतू इतरांपासून अंतर ठेवून राहण्याची विनंती केली.

मी त्याला समजावून सांगितलं की तो परत असं वागला तर त्याला त्याच्या कुटुंबियांपासून दूर ठेवलं जाईल. मी त्याला विचारलं की त्याच्या कुटुंबियांनी त्याच्यासाठी काय करावं असं त्याला वाटतं?

बर्नी कुटुंबियांचं संरक्षण करण्यासाठी लोकांवर हल्ला करण्या ऐवजी केवळ इशाऱ्या मधून कुटुंबियांना सावध करण्यासाठी सहमत झाला. ज्या प्रमाणं त्याच्या इतर कुटुंबियांनी देश बदलल्यावर त्यांच्या ऊर्जेमध्ये झालेला बदल लक्षात घेतला त्या प्रमाणं बर्नीला देखिल बदलाला सामोरं जावं लागत आहे हे त्यांनी लक्षात घ्यायला हवं अशी त्यानं आशा व्यक्त केली.

त्यानं परक्या लोकांपासून दूर रहायला हवं याची अंशु आणि तिच्या नवऱ्यानं वारंवार बोलून आठवण करून द्यायला हवी अशी त्यानं अपेक्षा व्यक्त केली. तो सतर्क राहून कुटुंबाचं रक्षण करेल याची त्यानं हमी दिली. त्यानं त्याच्या कुटुंबियांना विनंती केली की त्यांनी परक्या लोकांना त्याच्या जवळ येऊ देऊ नये.

माणसांमध्ये ज्याप्रमाणं वर्तनबदल घडण्यासाठी काही काळ जावा लागतो, त्याचप्रमाणं आपण प्राण्यांना देखिल कोणताही वर्तनबदल घडवण्यासाठी वेळ द्यायला हवा आणि संयम बाळगायला हवा. आपण त्यांच्यासोबत एकदिलानं प्रयत्न करायला हवेत. अंशुनं नेमकं असंच केलं.

तिनं बर्नीमध्ये वेळ, संयम, प्रेम आणि प्रयत्नांची गुंतवणूक केली. त्याला इतक्या जास्त तडजोडी करायला लागल्या म्हणून अंशुनं बर्नीची माफी मागितली आणि त्याची स्पेस जपण्याची खात्री दिली.

तिनं त्याला घरी येणाऱ्या पाहुण्यांबद्दल आणि प्राण्यांच्या डॉक्टरांच्या अपॉईंटमेंटसबद्दल सांगायला सुरूवात केली. त्याचं कार्य करत असताना त्याला परक्या लोकांपासून अंतर राखायचं आहे याची देखिल ती बर्नीला वारंवार आठवण करून देऊ लागली. थोडक्यात सांगायचं झालं तर बर्नीनं ज्या सगळ्या गोष्टींची अपेक्षा केली होती त्या सगळ्या गोष्टी तिनं अंमलात आणलं.

काही आठवड्यानंतर अंशुनं मला सांगितलं की बर्नी आता पुष्कळ शांत आणि समंजस झाला आहे. त्यांनी ज्या प्रकारे हळुहळू नव्या आयुष्याचा, नविन वातावरणाचा, नविन जबाबदारीचा बदल स्वीकारला त्याच प्रमाणं अंशु आणि तिच्या कुटुंबियांनी हळुहळू त्याला देखिल कंफर्टेबल करण्यासाठी सर्वतोपरी प्रयत्न केले. अंशु आणि बर्नी यांनी एकमेकांची माफी मागितली आणि दोघांनीही आपल्या वागण्यामध्ये सुधारणा करायला सुरूवात केली, काही काळानंतर त्याचा चांगला परिणाम दिसू लागला.

प्राणी आपल्या विहित कार्याचा अत्यंत गंभीरपणे विचार करतात आणि ते कार्य उत्तम रितीने पार पाडण्यासाठी आपला पुष्कळ वेळ आणि ऊर्जा खर्च करतात. आपण त्यांच्या कार्या बद्दल जाणून घेणं आणि आपल्या कुटुंबात कोणा नवीन व्यक्तिची किंवा प्राण्याची भर पडणार असेल तर आपण त्यांना त्याची माहिती देणं अत्यंत आवश्यक आहे.

कधीकधी एकापेक्षा अधिक प्राणी एकच कार्य करत असतात ज्या मुळं त्यांच्या मध्ये भांडणं होतात. एकाच कुटुंबात किंवा परिसरात एकापेक्षा अधिक प्राणी असतील आणि त्यांच्या भावना एकसारख्याच असतील तर हे जास्त दिसून येतं.

हरीश कडं अगोदर पासूनच गॅबी नावाचं एक मांजर होतं आणि त्यानं हॅरी नावाचं अजून एक मांजर घरी आणलं. त्यानं असं गृहीत धरलं की दोन्ही मांजरं एकमेकांसोबत एकाच जागी मजेत राहतील आणि त्यामुळं दोघांनाही एकमेकांबद्दल पूर्वकल्पना देण्याची त्याला गरज वाटली नाही.

प्राण्यांचे पालक कितीही प्रेमळ आणि समजुतदार असले तरी बऱ्याचवेळा प्राण्यांना नेमकं काय हवं आहे, त्यांची इच्छा काय आहे हे त्यांना समजत नाही.

ज्या प्रमाणं बर्नी नविन वातावरणाशी, नविन आयुष्याशी सहजरित्या जुळवून घेईल असं गृहीत धरलं गेलं अगदी तसंच गॅबी आणि हॅरी एकमेकांशी सहजरित्या जुळवून घेतील असं त्यांच्या पालकानी गृहीत

धरलं. प्रत्यक्षात मात्र दोन्ही मांजरांचं एकमेकांशी अजिबात जमेना आणि हे पाहून हरीशला अतिशय दुःख झालं. त्याचं जुनं मांजर गॅबी वारंवार त्याच्या नविन मांजरावर हॅरीवर हल्ला करायचं. हरिशला असं वाटलं की आपली दादागिरी आणि वर्चस्व दाखवण्यासाठी गॅबी असं वागत आहे.

मी जेव्हा गॅबीशी बोलले तेव्हा त्यानं सांगितलं की पूर्वकल्पना नसतानाच हॅरी अचानक त्यांच्या आयुष्यात आला आणि त्यानं गॅबीचं विहित कार्य हिरावून घेतलं. गॅबीनं सांगितलं की त्याचं कुटुंबामध्ये विशिष्ठ असं स्थान होतं आणि त्याला सगळ्यांकडून लाड करून घ्यायला आवडायचं. हॅरीच्या येण्यामुळं घरातल्या लोकांच्या आकर्षणाचा केंद्रबिंदू हॅरी बनला होता. गॅबीच्या म्हणण्यानुसार नविन कुटुंबात सामावण्यासाठी हॅरी कोणत्याही प्रकारची तडजोड करत नव्हता.

हॅरीची बाजू तर आणखिनच निराळी होती. त्यानं सर्वप्रथम मला सांगितलं की त्याचं विहित कार्य आणि उद्देश हे गॅबीपेक्षा खूपच निराळे होते. हॅरीनं सांगितलं की तो कुटुंबातील नविन सदस्य असल्यामुळं इतरांनी त्याला स्थिरस्थावर व्हायला मदत करावी अशी त्याची अपेक्षा होती.

सध्या त्याला गॅबीकडून केवळ शत्रुत्वाची भावना अनुभवायला मिळत होती आणि त्यामुळं त्याला घरातील इतर सदस्यही तसंच वागतायत असं वाटत होतं. हॅरीला फक्त हरीशचं आपल्या सोबत आहे असं वाटत होतं. घरातल्या सर्वांनीच त्याचा स्वीकार करावा असं त्याला वाटत होतं. मी त्या दोघांशीही एकत्र बोलले (कॉन्फरन्स कॉलप्रमाणं) आणि यातून काय तोडगा काढता येईल यावर चर्चा केली. मी त्यांना समजावून सांगितलं की त्यांच्या सततच्या भांडणामुळं हरीश आणि इतर कुटुंबियांना त्याचा किती त्रास होत आहे.

मी त्यांना समजावून सांगितलं की त्या दोघांनी सुरुवात म्हणून एकमेकांशी सामंजस्यानं वागलं तर हरीशला ते अतिशय आवडेल. हॅरीला त्याच्या विहित कार्यामध्ये काही रस नाही हे समजल्यावर गॅबी शांत झाला आणि पुन्हा नव्याने त्यांच्या नात्याची सुरूवात करायला तयार झाला.

हॅरीनं देखिल नविन कुटुंबाचा सदस्य होण्यासाठी प्रयत्न, तडजोड करण्याची तयारी दाखवली. दोन्ही मांजरांनी एकदिलानं राहून आणि एकमेकांच्या स्थानावर आणि विहित कार्यावर डल्ला न मारता रहायचं मनापासून ठरवलं.

हा सर्व संवाद, ठराव केवळ टेलिपॅथिक कम्युनिकेशनच्या माध्यमातून झाला, त्याची अंमलबजावणी अजून बाकी होती आणि या संवादाची फलनिष्पत्ती पुढच्याच रात्री दिसून आली. पुढच्या रात्री हरीशनं मला दोन्ही मांजरं एकाच अंथरूणात शांतपणे एकत्र झोपल्याचा फोटो पाठवला. एकाच खोलीत देखिल राहण्याची तयारी नसलेली मांजरं आता एकाच अंथरूणात एकत्र झोपताना बघितल्यावर लक्षात आलं की सर्व त्यांनी एकमेकांचा दृष्टिकोन समजून घेतल्यामुळं झालं आहे.

मला हे लक्षात येईना की दोन इतक्या बुद्धीमान मांजरांना पालकाला त्यांच्या भांडणामध्ये ओढावं असं का वाटलं? कारण ते स्वत: ही भांडणं सोडवण्यासाठी सक्षम होते.

पुढच्या वेळी संवाद साधताना मी त्यांना हे विचारायची संधी घेतलीच की त्यांनी त्यांचं भांडण सोडवण्यासाठी हरीशची मदत का घेतली? मला थोडं विचित्र वाटलं कारण केवळ ते दोघं एकमेकांशी बोलले असते तरी ही समस्या सोडवली गेली असती.

ताबडतोब दोघांकडून एकच उत्तर आलं की जर आमचं आम्ही बोलून ही समस्या सोडवली असती तर मग हरीशला त्याचा धडा कसा शिकायला मिळाला असता? त्यांना हरिशला हे समजून द्यायचं होतं की जेव्हा कुटुंबामध्ये नविन सदस्याची भर पडणार असते तेव्हा त्यानं घरातील सदस्यांना त्याची पूर्वकल्पना देणं आवश्यक आहे. कोणीही आपले निर्णय समोरच्यावर लादता कामा नयेत मग तो माणूस असो की प्राणी.

त्यांनी सांगितलं की कुटुंबामध्ये होणाऱ्या कोणत्याही बदलाबद्दल कुटुंबातील सदस्यांना त्याची पूर्वकल्पना देणं आवश्यक आहे.

मग मी त्यांना विचारलं की हरीशनं जर कम्युनिकेटरशी संवाद साधला नसता तर काय झालं असतं? त्यांनी सांगितलं की जरी त्यानी कम्युनिकेटरशी संवाद साधला नसता तरी इतर कोणत्या ना कोणत्या मार्गानं हे त्याला समजलं असतं. त्यानं कदाचित बिहेवियरल कन्सल्टंटची मदत घेतली असती किंवा आम्हा दोघांना एकमेकांपासून दूर ठेवलं असतं किंवा कदाचित त्याला हॅरीला सोडून द्यावं लागलं असतं. या सगळ्याच गोष्टींमधून तो आपला धडा शिकला असता.

या संवादामधून मला एक गोष्ट लक्षात आली की प्राणी आपलं विहित कार्य किती गंभीरपणे घेतात आणि ते पूर्ण करण्यासाठी आटोकाट प्रयत्न करतात. इतकंच नाही तर त्यांच्या पालकांमध्ये सुधारणा होण्यासाठी त्यांना धडा देखिल शिकवतात. अशा प्रकारे ज्ञान मिळू शकेल याची आपल्याला सवय नसते पण सर्वांना सोबत घेऊन धडा शिकण्याचा हा एक उत्तम मार्ग आहे.

प्रकरण १५

प्राण्यांना विचारायचे प्रश्न

वरवर पाहता तणावपूर्ण आणि विचित्रपणे वागणाऱ्या प्राण्यांशी संवाद साधताना महत्वाचा नियम हा आहे की त्यांना त्यामागचं **कारण आणि उद्देश** विचारून घ्यायला हवं. एखाद्या परिस्थितीबद्दल त्यांचं काय मत आहे हे जाणून घेणं इतर कोणत्याही गोष्टीपेक्षा महत्वाचं आहे. त्यांच्याशी बोलताना आदरानं आणि नम्रपणे बोला आणि संपूर्ण माहिती घेण्यासाठी असे सुयोग्य प्रश्न विचारा ज्यामुळं प्राणी आणि त्यांचे पालक दोघांनाही मदत होईल.

प्राणी सतत आपल्याशी संवाद साधत असतात आणि आपल्याला योग्य मार्गदर्शन करत असतात. ते आपल्याशी त्यांच्या उद्देशानुसार वागत असतात. आणि ते आपल्यासाठी ज्या ज्या गोष्टी करतात त्यापैकी बऱ्याचशा गोष्टींमागं खोलवर एक अर्थ दडलेला असतो.

त्यांचं वर्तन किंवा कृती म्हणजे आपल्या वागण्याचं प्रतिबिंब असू शकतात किंवा केवळ लक्ष वेधून घेण्यासाठी केलेली कृती असू शकते किंवा आपल्या व्यक्तिमत्वाचा असा एखादा भाग ते आपल्यासमोर आणतात तो जो आपण क्वचितच लक्षात घेतला असेल. यामुळं कोणत्या गोष्टीचा त्यांच्यावर काय परिणाम होतो आणि ती सुधारण्यासाठी काय करायला हवं हे जाणून घेणं आवश्यक आहे.

त्यांच्या कृतीमागचं मूळ कारण जाणून घ्या. त्यांच्या वर्तनावर टीका करण्यापेक्षा आणि रागावण्यापेक्षा त्यांना नम्रपणे त्यामागचं मूळ कारण काय आहे ते विचारा.

१. गृहितकं किंवा भावनांच्या ऐवजी कृती, वस्तुस्थिती किंवा सत्यावर आधारित प्रश्न विचारा

जेव्हा कधी आपल्यासमोर एखादी वर्तन किंवा आरोग्यविषयक समस्या मांडली जाते तेव्हा प्राण्यांना त्यांच्या कृतीवर आधारित प्रश्न विचारायला हवेत. एखाद्या विशिष्ठ भावनेच्या गृहितकावर आधारित किंवा पालकांनी त्यांच्या कृतीच्या लावलेल्या अर्थावर आधारित प्रश्न विचारणं टाळायला हवं.

उदाहरणार्थ सश्यानं मोकळ्या जागेमध्ये खोदणं आणि विव्हळणं की कृती आहे. हे निर्विवाद सत्य आणि वस्तुस्थिती आहे. आपल्या माहिती प्रमाणं आपण कदाचित गृहीत धरू शकतो की ससा त्याला राहण्यासाठी बीळ खोदत आहे. पण जोपर्यंत आपल्याला प्रत्यक्ष सश्याकडून तसा काही संदेश मिळत नाही तोपर्यंत आपण या कृतीमागच्या खऱ्या कारणाची खात्री देऊ शकत नाही.

कृती ही वस्तुस्थिती आणि निर्विवाद सत्य असते. पण पालक या कृतीकडं त्यांच्या दृष्टिकोनातून पाहून त्याचा आपल्या मनाप्रमाणं अर्थ लावायचा प्रयत्न करतात. प्राणी जोपर्यंत त्यांना नेमकं काय वाटत आहे हे सांगत नाहीत तोपर्यंत त्यांच्या कृतीमागचं कारण गृहीत धरण्यात काहीच अर्थ नाही.

प्राणी जेव्हा त्यांच्या कृतीमधून चिडलेला, अस्वस्थ, वैतागलेला, भुकेलेला किंवा उदास दिसत असतो तेव्हा जोपर्यंत त्याच्या भावना तो स्वत: तुम्हाला सांगत नाही तोपर्यंत त्याच्या मनात तसंच काही असेल याची खात्री देता येत नाही. आणि म्हणूनच आपण त्याला विचारायच्या प्रश्नांची निवड करताना ही गोष्ट ध्यानात ठेवणं आवश्यक आहे. प्रश्न विचारताना नेहमी त्या कृतीचा माणसानं लावलेल्या अर्थावर आधारित प्रश्न न विचारता प्रत्यक्ष कृतीवर आधारित प्रश्न विचारावेत.

याठिकाणी मी काही कृती आणि त्यामागच्या चुकीचा अर्थ लावल्या जाणाऱ्या भावना मांडल्या आहेत.

कृती	चुकीचा अर्थ लावला जाणाऱ्या भावना
अन्न न खाणे	नाराज, आजारी
अतिशय भुंकणे आणि गुरगुरणे	चिडलेला, आक्रमक
शांत, एकटं राहणे	अस्वस्थ, आजारी, थकलेला, दु:खी, हताश
दुसऱ्यांच्या कामात अडथळा आणणे	अतीप्रेमळ ,लहरी

सश्याच्या केसमध्ये मी त्याला तू बीळ खोदतोयस का असं विचारणार नाही. हा प्रश्न पालकाच्या गृहितकावर आधारित आहे जो संभाषणाला भरकटवू शकतो.

त्याऐवजी मी त्याला विचारेन की तू इतका खोलवर खड्डा करण्याचं कारण काय आहे? किंवा बीळ खोदण्यामागचं तुझं कारण काय आहे?

कम्युनिकेटर म्हणून काम करताना आपण पोकळ हाडा सारखं वागायला हवं आणि प्राण्याच्या दृश्य वर्तनाला कोणतीही भावना चिकटवणं टाळायला हवं. आपण त्यांच्या कृतीमागं कोणतंही कारण गृहीत नाही धरलं पाहिजे.

दिवसभर भुंकणारा कुत्रा किंवा पालकांवर हल्ला करणारं मांजर कदाचित त्यांच्या पालकांसाठी त्रासदायक होऊ शकतं पण प्राण्यांसाठी त्याच्यामागचं कारण अतिशय क्षुल्लक असू शकतं. म्हणूनच ते असं का वागत आहेत आणि त्यामागचं नेमकं कारण काय आहे याच्या मुळापर्यंत जा.

भावनिक होणं टाळा (असे प्रश्न विचारू नका):

- तू इतका वैतागलेला / अस्वस्थ / चिडलेला का आहेस?
- तू इतका अस्वस्थ का आहेस?
- तू नेहमीच इतका भुकेकेला / चिडलेला / थकलेला का असतोस?
- तुला इतका कशाचा त्रास होतो?

त्यांच्या कृतीनुसार प्रश्न विचारा:

- तू भुंकण्याचं / गुरगुरण्याचं कारण काय आहे?
- तू दिवसभर झोपून रहाण्याचं कारण काय आहे?
- तू न जेवण्याचं किंवा न खेळण्याचं कारण काय आहे?

प्राण्यांच्या कृतीच्या तुम्ही लावलेल्या अर्थानुसार प्रश्न न विचारता नेहमीच त्यांच्या कृतीनुसार त्यांना प्रश्न विचारत जा. प्राणी त्याच्या पालकावर रागावला आहे किंवा नाराज आहे असं गृहीत धरू नका. तो तसा दिसत असला तरी तो आजारी आहे असं गृहीत धरू नका. प्राण्यांना थेट प्रश्न विचारले तर त्याची नेमकी उत्तरं मिळतात.

२. का ? असं सोडून इतर प्रश्न विचारा

का ? ने सुरू होणारा प्रश्न वरवरचा वाटतो आणि त्यामुळं त्याचं प्राण्यांकडून येणारं उत्तरही वरवरचं असू शकतं. 'तू सारखा भुंकत का आहेस? किंवा तू तुझ्या पालकावर हल्ला का केलास?' यासारखे प्रश्न विचारू नका. त्यापेक्षा रात्रभर तुझ्या भुंकण्यामागचं कारण काय होतं? तुझ्या पालकावर हल्ला करण्यामागचं तुझं कारण काय होतं? असे प्रश्न विचारा.

उदाहरणार्थ जर एखादा कुत्रा दिवसभर खायला मागत असेल तर त्याचा अर्थ भुकेलेला आहे किंवा अर्धपोटी आहे असं गृहीत धरू नका. जर एखादं मांजर सारखं मियाँव मियाँव करत असेल किंवा पालकावर हल्ला करत असेल तर असं समजू नका ते त्या पालकावर नाराज आहे.

त्यांना यामागचं कारण विचारा. त्यांच्या बाजूनं विचार करून बघा. त्यांच्या मधला वर्तनबदल किंवा आरोग्याच्या तक्रारी कोणत्याही असल्या तरी तुम्ही हेच तंत्र अंमलात आणा.

यापूर्वी सांगितल्या प्रमाणं माणसापेक्षा प्राण्यांचा दृष्टिकोन खूपच निराळा असतो. आपण कम्युनिकेटर म्हणून एखाद्या पोकळ हाडा प्रमाणं काम करून त्यांची बाजू समजून घेणं आवश्यक आहे.

नुकतीच काही दिवसांपूर्वी माझ्याकडे एक वर्तनविषयक बदलाची केस आली होती. आपला कुत्रा स्नो दिवसभर सारखा भुंकतोय आणि लक्ष वेधून घ्यायचा प्रयत्न करतोय आणि त्यामुळं सगळे कुटुंबिय वैतागले आहेत अशी तक्रार घेऊन सिमरन माझ्याकडं आली होती.

हे कमी म्हणून की काय तो अनोळखी लोकांच्या अंगावर धावून जायचा, त्यामुळं ते घाबरायचे. कल्पना करा एखादा मोठा कुत्रा जोरजोरात भुंकत जर तुमच्या अंगावर धावून आला तर तुमची काय अवस्था होईल?

हे ऐकल्यावर मला लगेचच लक्षात आलं की त्याचे पालक केवळ त्याच्या कृतीवरून निष्कर्ष काढत आहेत परंतू त्यामागच्या कारणांबद्दल ते अनभिज्ञ आहेत.

मी तुम्हाला देखिल परत एकदा हेच सांगू इच्छिते की केवळ प्राण्यांच्या कृतीवरून निष्कर्ष न काढता त्याच्यामागची मूळ कारणं शोधण्याचा प्रयत्न केला पाहिजे.

याच तंत्रानुसार मी स्नोला विचारलं की 'दिवसभर भुंकत राहण्यामागचं तुझं कारण काय आहे? अनोळखी लोकांच्या अंगावर धावून जाण्यामागं काय कारण आहे?'

मी त्याला हे नाही विचारलं की 'तू इतका विचित्र आणि आक्रमक का वागत आहेस? तू का भुंकतोयस? तू का रागावला आहेस?'

नंतरचे प्रश्न हे भावनांशी निगडीत आहेत आणि पहिले प्रश्न हे कृतींशी निगडीत आहेत. कृतींशी निगडीत प्रश्न विचारल्यानेच तुम्हाला खरं कारण समजू शकतं.

'का' पासून सुरू होणारे प्रश्न विचारल्यावर मला आजपर्यंत फार थोड्या वेळा अर्थपूर्ण माहिती मिळाली आहे. मी आजवर जेव्हा माझ्या प्रश्नोत्तरांमध्ये का असा प्रश्न विचारला तेव्हा मला फार कमी वेळा यश मिळालं. मी जेव्हा कसं, कधी, कशामुळं अशाप्रकारचे प्रश्न विचारते तेव्हा संभाषण अधिक अर्थपूर्ण होतं.

हा माझा अनुभव आहे, तुमचा अनुभव कदाचित वेगळा असू शकतो. यापूर्वी सांगितल्याप्रमाणं प्रत्येक कम्युनिकेटरचं तंत्र निराळं असतं जे इतरांसारखं असेलच असं नाही. कदाचित तुम्ही प्राण्यांना प्रश्न विचारायचं यापेक्षा निराळं आणि उत्तम तंत्र अवगत कराल.

३. संवाद साधतानाचा स्वर

दादागिरीच्या, रागीट, आक्रमक स्वरामुळं संभाषण बिघडू शकते. प्राण्यांशी संवाद साधताना त्यांच्याशी गोड आणि नम्रपणे बोला, त्यांचा दृष्टिकोन लक्षात घ्या आणि त्यांना काय हवं आहे याकडे लक्ष द्या.

आरोप केल्यासारखं बोलल्यामुळं माणसं जशी दुखावतात तसंच प्राण्यांच्या बाबतीतही होतं. आपण जे केलं नाही किंवा जे कधी करायचा उद्देशही नव्हता

त्याबाबत जर आपल्याला दुखावणारे प्रश्न विचारले तर आपल्याला दु:ख होणार नाही का ? प्राण्यांच्या भावनाही नेमक्या अशाच असतात.

एक ॲनिमल कम्युनिकेटर म्हणून आपल्या संपर्कात अनेक प्राण्यांचे पालक येतात ज्यांना आपल्या प्राण्याच्या मनात काय आहे हे जाणून घ्यायची अतिशय उत्सुकता असते. त्यांचे प्राणी कदाचित विचित्र वागत असतील, हरवले असतील, आजारी असतील किंवा घर सोडून गेले असतील, अशावेळी प्राण्याला काय सांगायचं आहे, त्याच्या मनात काय भावना आहेत हे त्यांना जाणून घ्यायचं असतं.

ज्या तातडीनं ते आपल्याशी संपर्क साधतात त्यावरूनच त्यांचं आपल्या प्राण्यावर किती प्रेम आहे हे समजतं. ॲनिमल कम्युनिकेटरने या प्रेम आणि काळजीमध्ये वाहवत जाऊ नये. प्राण्याच्या पालकाला कदाचित हे जड जाईल पण आपण तटस्थ राहून भावनेच्या आहारी न जाता व्यावहारिक राहून संवाद साधला पाहिजे.

याचप्रकारे मी स्नोबरोबर अतिशय शांत आणि तटस्थ स्वरामध्ये बोलले जेणेकरून त्याला माझ्यासोबत बोलताना सुरक्षित वाटेल. त्यामुळं ॲनिमल कम्युनिकेटरशी संवाद साधताना प्राणी मोकळेपणाने बोलू शकतात.

प्राण्यांशी बोलत असताना तुम्ही जर तणावपूर्ण किंवा चिंताग्रस्त राहिलात तर त्याच भावना प्राण्यांमध्येही प्रतीत होतात त्यामुळं शांत आणि फोकस्ड रहा.

४. ओपन एंडेड (वर्णनात्मक) प्रश्न विचारा

ओपन एंडेड प्रश्नांमुळं प्राणी मोकळेपणाने संवाद साधतात. आपल्याला प्राण्याच्या मनात काय सुरू आहे, त्याच्या वागण्यामागचं नेमकं कारण काय आहे हे जाणून घेता येतं. याउलट क्लोज एंडेड (वस्तुनिष्ठ) प्रश्नांमुळं आपला संवाद मर्यादीत राहतो आणि नंतर काही वेळानं त्याला चौकशीचं स्वरूप येतं. अशा संभाषणामधून फार त्रोटक माहिती मिळते.

अर्थातच कोणते प्रश्न विचारायचे हे त्या त्या कम्युनिकेटरवर आणि त्या संभाषणावर अवलंबून आहे. सामान्यत: मैत्रीपूर्ण आणि ओपन

एंडेड प्रश्न विचारल्यानं प्राण्याला न दुखावता आपल्याला विषयाच्या मूळापर्यंत जाता येतं.

जेव्हा मी स्नो बरोबर बोलले तेव्हा त्यानं सांगितलं की त्यांच्या घरामध्ये अतिशय निरव शांतता असायची. त्यानं सांगितलं की घरामध्ये कोणीच कोणाशी बोलायचं नाही आणि ते त्याला असह्य व्हायचं. त्यानं पुढं हे देखिल सांगितलं की तो अतिशय खेळकर आणि मनमिळावू कुत्रा आहे, तो स्पर्शाचा आणि प्रेमाचा भुकेला आहे. आपल्या भुंकण्याच्या माध्यमातून तो संवादाच्या अभावामुळं घरच्यांना येणाऱ्या निराशेचं अनुकरण करत होता.

स्नोला आजुबाजूला माणसं असलेलं, दंगा केलेलं खूप आवडायचं जे त्याच्या घरातल्या लोकांच्या वागण्याच्या अगदी विरूद्ध होतं. तो मित्रांसाठी आणि मैत्रीपूर्ण वातावरणासाठी खूपच उत्सुक होता, त्याच्या पालकांनी त्याच्याशी तसं वागावं असं त्याला वाटत होतं. जेव्हा त्यांच्याकडं कोणी पाहुणे यायचे तेव्हा तो अतिशय उत्साहानं, उड्या मारत त्यांना भेटायला जायचा, पण इतरांना मात्र तो अंगावर धावून येतोय असं वाटायचं.

५. सूचक प्रश्न विचारणं टाळा

ॲनिमल कम्युनिकेटर म्हणून आपण काही सूचक प्रश्न विचारून संभाषणाला आपल्याला हवं ते वळण देण्याचं टाळावं. याऐवजी प्राण्यांना आपल्याला काय सांगायचं आहे याकडं लक्ष द्यायला हवं. प्राण्यांच्या वागण्याचा आपण लावलेला अर्थ प्रश्न विचारताना त्याच्याशी जोडला जाणार नाही याची काळजी घ्यायला हवी.

ज्या हेतूनं आपण संवाद सुरू केला आहे त्याच्यावर लक्ष केंद्रित न करता आपल्याला प्राण्यांना काय विचारायचं आहे याकडे लक्ष द्या.

कदाचित प्राणी दु:खी आहे, तणावग्रस्त आहे, त्रासलेला आहे किंवा आजारी आहे असा आपण त्यांच्या वागण्याकडे पाहून निष्कर्ष काढू शकतो पण जोपर्यंत प्राणी स्वत: हे सांगत नाही तोपर्यंत या निष्कर्षाला काहीच अर्थ नाही.

आपल्याला जो आजार किंवा अस्वस्थता आहे असं वाटतं ती प्राण्याच्या दृष्टीनं एक सर्वसामान्य बाब असते. खाली दिलेल्या टेबलमध्ये सूचक प्रश्न आणि ओपन एंडेड प्रश्न यामधला फरक दाखवला आहे.

विचारा	टाळा
तू सतत खात राहण्यामागचं कारण काय आहे?	तू सतत भुकेलेला का असतोस?
तू सतत भुंकत आणि गुरगुरत राहण्यामागचं कारण काय आहे?	तू इतका दुःखी आणि चिडलेला का आहेस?
तू अनोळखी लोकांवर भुंकण्याचं आणि त्यांच्या अंगावर धावून जाण्याचं कारण काय आहे?	जेव्हा तू एखाद्या अनोळखी माणसाला पाहतोस तेव्हा तू असा आक्रमक का होतोस / तुला अस्वस्थ का वाटतं?
तुला सारखी झोप येण्याचं कारण काय आहे?	तू इतका आळशी आणि मंद का आहेस?
तुला कधी, काय आणि कसं खायला आवडतं?	तू खात का नाहीयेस?
तू अनोळखी लोकांच्या अंगावर धावून जाण्याचं कारण काय आहे?	तू अनोळखी लोकांच्या अंगावर का भुंकतोस आणि त्यांच्या अंगावर धावून का जातोस? तुला अनोळखी लोकांची भिती किंवा राग का येतो?

मी जेव्हा काही नेमके, ओपन एंडेड आणि मनमोकळे प्रश्न विचारले तेव्हा स्नो बोलता झाला. त्यानं अजिबात संकोच न करता मनमोकळे पणाने त्याचे विचार सांगितले. त्यानं स्पष्टपणे त्याच्या अपेक्षा आणि त्याच्या वागण्यामागचं कारण सांगितलं.

स्नो नं सांगितलेल्या सर्व गोष्टी खऱ्या असल्याची सिमरननं खात्री दिली. तिनं सांगितलं की तिचं आपल्या सासू सासऱ्यांशी पटत नसल्यामुळं घरामध्ये संवाद नव्हता. त्यांच्या घरी कोणी मित्र किंवा नातेवाईक देखिल येत नसल्यामुळं स्नो खूपच एकटा पडला होता. मी सिमरनला सांगितलं की शक्य असेल तेव्हा इतर लोकांमध्ये त्याला मिसळू दे किंवा सतत त्याच्याशी गप्पा मारत जा ज्यामुळं त्याला यामधून बाहेर यायला मदत होईल.

प्रकरण १६

प्राण्यांकडूनच करून घ्या समस्यांचं निराकरण

प्राण्याचं वर्तन हा त्याचा आपल्या पालकाना विशिष्ठ संदेश द्यायचा आणि त्याला महत्वाच्या वाटणाऱ्या गोष्टीकडं लक्ष वेधून घेण्याचा एक मार्ग असतो. आपण यामधून कसा मार्ग काढू शकतो हे विचारणं हा प्राण्यांसोबतच्या संपूर्ण संवादाचा गाभा आहे, याच्याविना संवाद व्यर्थ आहे.

प्राण्याचं संपूर्णपणे ऐकून घेतल्यानंतर आपण त्याला विचारलं पाहिजे की त्याच्या पालकानी त्यांच्या वागण्यामध्ये कोणते बदल केले तर ही समस्या दूर होईल.

या अगोदर चर्चा केल्या प्रमाणं संवाद साधताना कोणत्याही गोष्टी गृहीत धरू नका. त्यांना विचारा की त्यांच्या पालकांनी काय केल्यामुळं त्यांना बरं वाटेल आणि त्यांची परिस्थिती सुधारेल. जसं मी टँगोला विचारल्यावर त्यानं मला सांगितलं की त्याला एकटं राहण्याच्या भितीवर मात करण्यासाठी थोडा अवधी हवा होता.

तुम्हाला हे जाणून आश्चर्य वाटेल की प्राण्यांना तुमच्याकडून फक्त थोड्या मदतीची किंवा वेळेची अपेक्षा असते जिच्या सहाय्यानं ते स्वत:च मार्ग काढतात. प्राणी हे माणसांपेक्षा जास्त निसर्गाशी एकरूप आणि स्थिर असतात. आपल्या समस्यांशी स्वत:च लढण्यासाठी भावनिक बुद्धीमत्तेचा (इमोशनल इंटेलिजन्सचा) वापर करतात, त्यांना आपल्या कडून केवळ थोड्या सहकार्याची अपेक्षा असते.

१. प्राण्यांच्या वर्तनाचा त्यांच्या पालकाना काय त्रास होतो हे त्यांना समजून सांगा

पालकांना प्राण्यांबद्दल काय वाटतं आणि त्यांचं कोणतं वर्तन पालकाना त्रासदायक ठरतं हे प्राण्यांपर्यंत पोहोचवणं हे ॲनिमल कम्युनिकेटर म्हणून आपलं काम आहे. मला पालकाना प्राण्याबद्दल नेमकं काय वाटतं आणि प्राण्याच्या विशिष्ठ वर्तनामुळं पालकाला किती त्रास होतो हे त्याच्यापर्यंत पोहोचवायला आवडतं.

बऱ्याचशा केसेस मध्ये प्राण्यांना माहिती असतं की त्यांच्या वर्तनामुळं पालकाना त्रास होतो आहे. आपण प्राणी आणि पालकांमधला दुवा असल्यामुळं पालकाना त्यांच्या प्राण्याला काय संदेश द्यायचा आहे हे देखिल आपल्याला प्राण्यापर्यंत पोहोचवायचं असतं.

अर्थातच संवाद साधताना स्वर फारच महत्वाचा आहे. प्राण्यांना असं वाटता कामा नये की ते त्यांच्या पालकांसाठी त्रासदायक किंवा उपद्रवकारक आहेत. तुमच्या वागण्यामधून देखिल त्याला असं वाटता कामा नये की तुम्ही फार घाईत आहात किंवा वैतागलेले आहात.

स्नोच्या वागण्याचे त्याच्या पालकावर होणारे परिणाम मी स्नो ला सांगितले. मी त्याला सांगितलं की सतत भुंकणं आणि अंगावर धावून जाणं ही माणसाच्या दृष्टीनं भितीदायक कृती आहे. मी त्याला सांगितलं की त्याच्या सततच्या भुंकण्यानं कुटुंबियांना खूप त्रास होतो. त्यानं जर सतत भुंकणं कमी केलं तर त्याच्या पालकाना खूप बरं वाटेल.

मी त्याला हे देखिल सांगितलं की त्याला बरं वाटण्यासाठी कुटुंबियांची त्याला मदत करण्याची तयारी आहे. स्नोला हा संदेश समजला आणि त्यानं आपले मार्ग बदलायची तयारी दाखवली.

पालकांच्या मते प्राण्याच्या काय समस्या आहेत हे प्राण्याला कळवा, प्राण्याशी संवाद साधून त्यांच्या समस्येचं समाधान शोधा आणि प्राणी व पालक या दोघांनाही समान प्रतलावर आणून उपायांची अंमलबजावणी करा.

२. प्राण्यांकडूनच करून घ्या समस्यांचं निराकरण (रेझोल्युशन)

आपण प्राण्याचा दृष्टिकोन समजून घेतल्यावर आणि विशिष्ठ आजार किंवा वर्तनामागचं कारण समजून घेतल्यानंतर वेळ येते ती प्राण्याला यामधून कसा मार्ग काढता येईल हे विचारायची.

निराकरण (रेझोल्युशन) हा प्राणी आणि पालक अशा दोघांनी मिळून प्राण्याच्या वर्तन किंवा तब्येतीच्या तक्रारीबाबत एकत्रितपणे घेतलेला आढावा असतो. प्राण्याला आता लक्षात आलेलं असतं की त्याच्या वर्तनामुळं त्याच्या पालकाला त्रास होत आहे आणि पालकाला देखिल प्राण्याच्या मनात नेमकं काय आहे हे समजलेलं असतं.

आता प्राणी आणि पालक या दोघांनी मिळून एकत्रितरित्या यावर काम करायचं असतं. संभाषणाच्या दरम्यान प्राण्यानं सांगितलेला उपाय आता अंमलात आणायची वेळ आलेली असते.

हा उपाय कोणताही असू शकतो. कधीकधी प्राण्याला यातून बाहेर पडण्यासाठी थोड्या अवधीची गरज असते. बऱ्याचवेळा आपल्या लक्षात येतं की प्राणी आपलं अनुकरण करत आहे, आपल्या समस्या त्याच्या अंगावर घेत आहे किंवा त्याच्या आपल्यासोबत असणाऱ्या आत्मिक उद्देश आणि कराराचं पालन करत आहे. अशावेळी पालकालाच योग्य ती कृती करण्याची गरज असते त्यामुळं प्राण्याची समस्या दूर होते.

आश्चर्यकारकरित्या कधीकधी प्राणी सांगतात की कोणतीच समस्या नाहीये. हे वर्तन हा त्यांच्या नैसर्गिक जीवनाचा एक भाग आहे. लक्षात ठेवा प्राणी आपल्याला नेहमीच या मार्गावर मार्गदर्शन करत असतात. दोघांनाही लाभदायक ठरेल असं उत्तर शोधण्यासाठी आपण एका टीमसारखं काम करायला हवं.

आपण ॲनिमल कम्युनिकेटर म्हणून जेव्हा त्यांना समस्यांचं उत्तर विचारतो तेव्हा हे लक्षात असू द्या की प्राणी आणि पालक यांना एकत्रितरित्या या समस्येवर तोडगा काढायचा असतो.

वर्तनविषयक समस्या असो किंवा आरोग्यविषयक, आपले प्राणी आपल्याला सहकार्य करायला नेहमीच तयार असतात. आपण देखिल त्यांना तितकीच तत्परता दाखवली पाहिजे जेणेकरून ते पहिल्यासारखे आनंदी आणि आरोग्यपूर्ण होतील.

३. उत्तर शोधताना समस्येच्या मुळापर्यंत जा

उत्तर शोधताना समस्येच्या मुळापर्यंत जाणं हे केवळ प्राण्याला विचारण्यापेक्षा आपल्यासाठी अधिक महत्वाचं आहे. प्राणी आपल्या प्रश्नांची जी उत्तरं देतात ती म्हणजे त्यांच्या वर्तनामागचं मूळ कारण असतं.

वैद्यकीय उपचार, बिहेवियरल थेरपी आणि इतर उपचारप्रकार हे शारीरिक पातळीवर काम करतात आणि ते देखिल तितकेच महत्वाचे आहेत.

प्राण्याचं उत्तर हे नेहमीच वर्तन किंवा आरोग्यविषयक समस्येच्या मुळाशी निगडीत असतं आणि ते शारीरिक पातळीवर नसून ऊर्जेच्या पातळीवर असतं.

सिमरन सतत भूंकणाऱ्या स्नोचं तोंड जबरदस्तीनं बंद करू शकली असती किंवा त्याला गप्प करण्याचे अन्य मार्ग अवलंबू शकली असती पण ते नक्कीच उचित नव्हतं.

असे उपाय हे नेहमीच अल्प काळ काम करतात आणि ही केवळ वरवरची मलमपट्टी आहे, त्यानं मूळ समस्या पूर्णपणे कधीच दूर होत नाही. मूळ समस्येचं निराकरण न झाल्यामुळं स्नोला वारंवार वर्तन किंवा आरोग्यविषयक समस्यांना सामोरं जावं लागलं असतं.

याउलट स्नोनं सांगितलेल्या उपायानुसार सिमरननं स्वत: हून जास्तित जास्त व्यक्त होणं आवश्यक होतं. तिनं तिच्या सासू सासऱ्यांशी संवाद साधायला हवा होता असं नाही तर तिनं लेखन, कला किंवा इतर छंदांमधून व्यक्त व्हायला हवं होतं.

स्नोला इतर लोकांना भेटावंसं वाटत होतं त्यामुळं सिमरनला देखिल बाहेरच्या लोकांशी संवाद साधण्याची आणि व्यक्त होण्याची संधी मिळाली असती.

या मार्गानं स्नोनं केवळ वर्तनामध्ये बदल घडवून आणण्यासाठी वरवरचा उपाय न सुचवता तिच्या मुळाशी जाऊन समस्येचं निराकरण केलं.

जर मूळ समस्या समजून घेऊन तिचं निराकरण केलं नसतं तर स्नोला कोणत्या ना कोणत्या मार्गानं वारंवार त्रास झाला असता.

स्नो आणि सिमरनची गोष्ट ही प्राण्याला आपल्या पालकाबद्दल वाटणाऱ्या प्रेमाचं आणि पालकाला आपल्या प्राण्याबद्दल वाटणाऱ्या काळजीचं एक सुंदर आणि प्रेरणादायी उदाहरण आहे.

स्नो सिमरनच्या वागण्याचं अनुकरण करत असल्यामुळं तो त्याचं वर्तन बदलण्यासाठी आणि द्यायचा टीम मधील सहकार्या प्रमाणं काम करायला तयार होता. त्याची सिमरनला केवळ एकच विनंती होती की जर कधी त्यानं पुन्हा भुंकायला आणि लोकांच्या अंगावर धावून जायला सुरूवात केली तर तिनं त्याच्याशी बोलून त्याला आठवण करून द्यावी.

सिमरननं देखिल तिच्या वागण्यामध्ये बदल करायला सुरूवात केली. एकलकोंडेपणा सोडून ती घरातल्या आणि बाहेरच्या लोकांमध्ये मिसळू लागली.

काही दिवसांनंतर सिमरननं अतिशय आनंदानं मला सांगितलं की स्नोनं अकारण भुंकणं बंद केलं आहे आणि तिनं देखिल स्नोशी अधिक संवाद साधायला सुरूवात केली आहे. स्नोचं अनोळखी व्यक्तींच्या अंगावर धावून जाणं खूपच कमी झालं आहे आणि ती व स्नो एका टीमप्रमाणं काम करत आहेत.

४. पालकांसाठी संदेश

प्राण्याकडून त्याच्या पालकासाठी असणारा संदेश मिळवल्याशिवाय कोणतंही कम्युनिकेशन पूर्ण होत नाही. प्राणी हे अप्रतिम निरीक्षक असतात आणि आपली भावनिक बुद्धिमत्ता (इमोशनल इंटेलिजन्स) वापरण्यामध्ये माहीर असतात.

केवळ वर्तनविषयक समस्यांबाबतच नव्हे तर त्यांच्याकडं आपल्या पालकांना सांगण्या सारखं खूप काही असतं. हा संदेश अतिशय वैयक्तिक स्वरूपाचा असू शकतो, जे केवळ प्राणी आणि त्याच्या पालकांमधलंच गुपित असतं ज्याच्या बद्दल आम्हा ॲनिमल कम्युनिकेटरना अजिबात कल्पना नसते. आपण आपल्याला न समजणाऱ्या अशा गोष्टींबद्दल प्राण्याला अधिक स्पष्टपणे विचारू शकतो.

प्राण्याकडून आपल्याला मिळालेला संदेश कोणतीही भर न घालता किंवा काही कमी न करता जसाच्या तसा पालकांपर्यंत पोहोचवणं हे ॲनिमल कम्युनिकेटर म्हणून आपलं प्रथम कर्तव्य आहे.

स्नोनं वर्तनविषयक समस्या आणि टेलिपॅथिक कम्युननिकेशनच्या माध्यमातून सिमरनला संदेश दिला की त्याला तिला रिलॅक्स झालेलं आणि तिच्या भल्यासाठी अधिकाधिक लोकांशी मैत्री केलेलं पहायचं आहे.

कोणतीही परिस्थिती असली तरी प्रत्येक प्राण्याला त्याच्या पालकाला काहिनाकाही संदेश द्यायचा असतो. संवादादरम्यान प्राण्याला आपल्या पालकाला काय संदेश द्यायचा आहे हे अवश्य विचारा.

सिमरन आणि स्नोनी हळुहळू प्रगती करायला सुरूवात केली. एका आठवड्यानंतरच त्यांच्या घरातलं वातावरण अधिक चैतन्यमय झालं होतं.

या होणाऱ्या प्रगतीमुळं सिमरन आणि स्नो अतिशय आनंदी झाले होते आणि त्यांचं एकमेकांवरचं प्रेम वृद्धिंगत झालं होतं.

सिमरन आणि स्नोची गोष्ट हे प्राण्यांना कशा प्रकारचे प्रश्न विचारावेत याचं उत्तम उदाहरण आहे. आपण प्राण्यांना विचारायचे प्रश्न हे हलकेफुलके आणि त्यांच्या काळजीपोटी विचारलेले असावेत. प्रश्न हे कदापिही आरोपाच्या स्वरूपात किंवा खोचक नसावेत. त्यांच्याकडून मिळणारी माहिती आणि त्यांच्याकडून

मिळणारं ज्ञान हे आपण कोणते आणि कशाप्रकारे प्रश्न विचारतो यावर अवलंबून असतं.

स्नोप्रमाणंच प्रत्येक प्राण्याचा स्वत:चा असा एक दृष्टिकोन, एक समस्या असते आणि त्या समस्येचं समाधानही त्याला माहिती असतं. जर सुयोग्य प्रकारे विचारलं तर ते समस्येचं उत्तर लगेचच सांगतात.

सिमरन आणि स्नोच्या गोष्टीवरून आपल्याला लक्षात येतं की प्राणी वारंवार त्यांच्या पालकांचं अनुकरण करतात आणि / किंवा पालकाची मनस्थिती आणि कृती आपल्या अंगावर घेतात. आपण बऱ्याचवेळा स्वत:मधल्या कमतरता आणि दोष यांकडे कानाडोळा करतो पण प्राण्याच्या वर्तनाचा आणि कृतीचा मात्र चुकीचा अर्थ लावतो.

आपल्या प्राण्याचा जबाबदार साथीदार म्हणून आपण त्याला योग्य प्रश्न सुयोग्य पद्धतीनं विचारले पाहिजेत, त्यांच्याकडून त्या समस्यांची उत्तरं जाणून घेतली पाहिजेत आणि ते बदल अंमलात आणण्यासाठी त्यांना मदत केली पाहिजे. आपण दोघांनी एका टीमप्रमाणं एका प्रतलावर येऊन काम केलं पाहिजे आणि त्यांच्या समस्यांच्या मुळापर्यंत गेलं पाहिजे.

आपण हे लक्षात ठेवायला हवं की सातत्य ही यशाची गुरुकिल्ली आहे. आपण प्राण्यांशी, स्वत:शी आणि पालकांशी देखिल संयम आणि सहृदयतेनं वागलं पाहिजे.

आपले प्राणी नेहमीच आपल्याला मदत करायला तयार असतात, आपण केवळ त्यांना विचारण्याची गरज असते. आपण संकोच न करता त्यांना विचारायला हवं की त्यांच्या वर्तन किंवा आरोग्यविषयक समस्या या अनुकरणामधून उद्भवलेल्या आहेत की त्यांनी त्यांच्या पालकांच्या समस्या आपल्या अंगावर घेतल्या आहेत किंवा हा त्यांनी स्वीकारलेल्या कार्याचा एक भाग आहे? ते पालक आणि स्वत: यांच्यामधल्या आत्मिक उद्देश आणि करारामध्ये कशाप्रकारे बसतात आणि आपण यावर एकत्रितरित्या काम कशाप्रकारे करू शकतो?

आपल्या प्राण्यांना समजत असतं की कोणताही बदल घडण्यासाठी पुरेशा अवधीची गरज असते आणि तो देण्याची त्यांची तयारीदेखिल असते. वर सांगितल्याप्रमाणं कोणत्याही प्रकारचा बदल घडवताना कोणताही बदल एका रात्रीत घडेल अशी ते अपेक्षा करत नाहीत.

त्यांना केवळ त्यांच्या समस्येची दखल घ्यावी आणि आपण त्यासाठी प्रामाणिकपणे प्रयत्न करावेत इतकंच वाटत असतं. ते आपल्याला आपला वेळ देतात आणि आपणही त्यांना पुरेसा वेळ द्यावा अशी त्यांची अपेक्षा असते.

मी या विभागाचा शेवट करताना अशाच एका क्लायंट सोबतच्या कम्युनिकेशन सेशनच्या उदाहरणाने करत आहे. या सेशनमधून मी प्राण्यांबाबतच्या सर्व गोष्टी जसं की आत्मिक उद्देश, करार, कार्ये, अनुकरण करणे, पालकांच्या समस्या आपल्या अंगावर घेणे आणि प्राणी आपल्याला कसं मार्गदर्शन करतात हे सर्व अनुभवले.

या कम्युनिकेशन मध्ये मी हे देखिल बघितलं की पालक हे प्राण्यांचे संदेश आणि त्यांच्याकडून मार्गदर्शन घ्यायला जेव्हा तयार असतात तेव्हा ते प्राणी आणि पालक दोघांसाठीही फायदेशीर असतं.

पुढच्या कम्युनिकेशनमध्ये पालकांनी सातत्यानं प्रयत्न केले आणि त्यामुळं आश्चर्यकारक परिणाम दिसून आला आणि हा काही चमत्कार नव्हता तर हा प्राणी आणि पालकांमधल्या दृढ भावबंधाचा परिणाम होता. हा एक वैशिष्ठ्यपूर्ण अनुभव होता आणि आजही त्यामधून मी बरंच काही शिकते.

एक कुत्र्याची पालक, मौली अत्यंत व्याकुळ मनस्थिती मध्ये माझ्याकडं आली होती. तिनं मला सांगितलं होतं की मी तिचा अखेरचा आशेचा किरण होते आणि जर तिच्या कुत्र्यासोबत डूफी सोबतचं संभाषण यशस्वी झालं नाही तर तिला दुर्दैवानं त्याला दत्तक द्यावं लागेल.

तिच्याकडं अधिक चौकशी केल्यानंतर समजलं की डूफी घरातल्या सर्वांना चावत होता आणि त्याला हाताळणं दिवसेंदिवस अवघड जात होतं. नुकत्याच घडलेल्या एका प्रसंगामध्ये डूफीनं हल्ला केल्यामुळं तिच्या वरच्या ओठाला सात टाके पडले होते.

माझ्या नेहमीच्या सवयीनुसार मी तिला विचारलं की तिनं प्राण्यांच्या डॉक्टरांचा आणि बिहेवियरल थेरपिस्टचा सल्ला घेतला आहे का? तिनं हे सर्व अगोदरच केलं होतं आणि प्राण्यांच्या डॉक्टरांनी सांगितलं होतं की त्याची तब्येत उत्तम आहे आणि कोणताही दृश्य आजार त्यांना आढळला नाही. बिहेविरल थेरपिस्टच्या उपचारांनंतर त्याच्यामध्ये थोडीफार सुधारणा झाली होती परंतू आक्रमकता अजिबातच कमी झाली नव्हती. मौलीची गोष्ट इथंच संपत नाही, तिनं सांगितलं की डूफी बऱ्याचवेळा एकटाच राहतो आणि काही गोष्ट घडली की तो हल्ला करतो आणि बऱ्याचवेळा तो विनाकारणच हल्ला करतो. त्यानं आपल्या आक्रमकतेचा प्रसाद घरातल्या प्रत्येकालाच दिला होता आणि खासकरून तिच्या भावाला सिजिनला.

मी जेव्हा डूफीशी बोलले तेव्हा त्यानं सांगितलं की त्याचं सिजिनसोबत आत्मिक भावबंध (सोल कनेक्शन) आहे. त्यानी सांगितलं की गेले अनेक जन्म ते एकमेकांचे गुरू आणि शिष्य आहेत.

या आयुष्यामध्ये डूफी गुरू होता आणि सिजिन शिष्य आणि जोपर्यंत सिजिन सुधारत नाही तोपर्यंत डूफी त्याच्याशी असंच वागणार असं त्यानं सांगितलं. 'डूफीला अपेक्षित असणारी सिजिनच्या आयुष्यातील सुधारणा' याचा मला अजिबात अर्थबोध झाला नाही.

परंतू यापूर्वी सांगितल्याप्रमाणं मी एका पोकळ हाडाप्रमाणं वागायचं ठरवलं. मला जरी अर्थबोध झाला नसला तरी मी मौलीपर्यंत हा संदेश जसाच्या तसा पोहोचवला.

मौलीला हे सर्व ऐकून धक्का बसला. तिनं सांगितलं की लहानपणा पासूनच सिजिन जरासा विचित्र वागत आला आहे. आमच्या कम्युनकेशनच्या वेळी तो वयाच्या पंचविशीच्या आसपास होता आणि आत्तापर्यंत दोन वेळा तो नशामुक्तीकेंद्रात जाऊन आला होता.

त्यांना वाटत होतं की डूफीच्या स्वतःच्या समस्येमुळं तो सिजनबाबत अधिक आक्रमक होत असेल. पण त्यांचा एकमेकांसोबत काही आत्मिक करार आहे याची त्यांना कल्पनाच नव्हती.

आणि याचठिकाणी ही गोष्ट अधिक रंजक होते. डूफीनं पुढं हे देखिल सांगितलं की सिजिन असा वागतो कारण तो त्या कुटुंबाचा एक हिस्सा आहे असं त्याला वाटायचंच नाही, त्याचे कुटुंबिय त्याच्याशी चांगलं वागत नव्हते असं नव्हतं, तर त्याच्या आईबाबांचा हेतू नसताना त्याचा जन्म झाला होता हे मुख्य कारण होतं.

मी जेव्हा मौलीला याबद्दल काही माहिती आहे का विचारलं तेव्हा तिनं साफ धुडकावून लावलं. तिनं सांगितलं की सिजिनचा जन्म अतिशय विचारपूर्वक आणि स्वेच्छेनं झाला आहे कारण तिच्या वडीलांना आणि आजीला मौलीनंतर एक मुलगाच व्हायला हवा होता. लहानपणा पासूनच तो अत्यंत लाडावलेला आणि बिघडलेला मुलगा होता आणि म्हणूनच तिच्या घरच्यांना वाटायचं की यामुळंच तो वाया गेला आहे.

ही केस हाताळणं काहीसं आव्हानात्मक होतं कारण प्राण्याचा संदेश त्याच्या पालकांच्या विरोधात जाणारा होता. जेव्हा कधी असा विरोधाभास पहायला मिळतो तेव्हा आपण प्राण्याला अधिक स्पष्टपणे गोष्टी उलगडून सांगण्याची विनंती करावी आणि ते देखिल आनंदानी आपल्याला सगळं सांगतात.

पुन्हा एकदा त्याच्याशी संवाद साधल्यानंतर देखिल डूफीनं त्याच्या संदेशामध्ये काही बदल केला नाही. यामुळं मौली खरोखरीच विचारात पडली आणि डूफी असं का आणि नेमकं कशामुळं बोलत आहे याचा छडा लावायचा निश्चय केला. तिनं जेव्हा खोलवर विचार केला तेव्हा तिच्या लक्षात आलं की डूफीच्या बोलण्याशी संलग्न असं काहीतरी पूर्वी घडून गेलं आहे.

मौलीनं सांगितलं की मौली तिच्या आईवडीलांचं पहिलं अपत्य आहे. तिच्या जन्माच्या वेळी तिच्या आईला प्रचंड त्रास झाला, अगदी जीवावर बेतलं होतं. परिस्थिती इतकी हाताबाहेर गेली होती की डॉक्टरांनी आई किंवा बाळ यापैकी एकालाच वाचवू शकतो असं सांगितलं होतं. सुदैवानं दोघीही वाचल्या होत्या.

पण बाळंतपणानंतर देखिल तिच्या आईला पुढं खूप काळ त्रास होत होता. याचा तिच्या आईच्या मनावर गंभीर परिणाम झाला होता आणि मूल जन्माला घालण्याची तिला जणू भिती बसली होती.

तिच्या वडीलांना दुसरं अपत्य हवंच होतं आणि आईची मात्र त्या दिव्यातून पुन्हा एकदा जाण्याची मनापासून तयारी नव्हती. या काळजीमुळं तिनं आपलं गर्भारपण आनंदानी स्वीकारलं नव्हतं.

आपला जन्म मनाविरुद्ध झाला आहे ही भावना त्या गर्भाच्या (सिजिनच्या) मनात खोलवर रुजली होती. त्याची आई त्याला जन्म देताना नेमकी कोणत्या दिव्यातून गेली आहे याबाबत अनभिज्ञ असणाऱ्या सिजिननं आपण या कुटुंबाचा भागच नाही आणि आपण नकोसं असणारं मूल आहोत असा समज करून घेतला होता.

डूफीला वाटत होतं की मौलीनं हा संदेश तिच्या कुटुंबियांपर्यंत पोहोचवावा. त्यानं मौलीला सांगितलं की तिच्या आई वडीलांनी स्वतःला आणि त्यांच्या मुलाला माफ करावं.

डूफीनं हे देखिल सांगितलं की घरातलं वातावरण हे सिजिनच्या उपचारासाठी अधिक पोषक करावं आणि त्याला हे समजावून सांगावं की आजवर त्याला असं का वाटत आलं आहे. तो आत्ता अत्यंत निराश झाला आहे आणि आयुष्याचा आनंद लुटत नाहीये. पण यामागचं कारण समजल्यावर कदाचित तो शांत होईल आणि स्वतःचं आयुष्य नव्यानं सुरू करेल.

प्रत्येकाला हिलींगची गरज असते. आपण सगळ्यांनीच आपला भूतकाळ स्वीकारून पुढं गेलं पाहिजे. हिलींगमुळं आपण आपली शक्ती पुन्हा नव्यानं मिळवतो आणि त्यामुळं जीवनात पुढं जायला मदत होते. दहा दिवसांनी मी मौलीला डूफीबद्दल परत विचारलं तेव्हा तिनं मला मेसेज केला की डूफीच्या वागण्यातील अनपेक्षित सकारात्मक बदलामुळं ती अतिशय आनंदित झाली आहे.

डूफी सोबत संवाद साधल्यामुळं त्याच्यामध्ये नक्कीच फरक पडेल अशी मौलीची श्रद्धा होती. मूळ समस्येलाच हात घातल्यामुळं जे सकारात्मक परिणाम दिसून आले ते तिच्या अपेक्षेच्या पलिकडचे होते.

जेव्हा मौलीनं हा अनुभव कुटुंबियांना सांगितला तेव्हा जणू सगळ्यांचे डोळे उघडले. सिजिनच्या जन्माच्या कहाणीपासून ते सगळे अनभिज्ञ होते पण आता त्यांना माहिती झालं होतं. त्यांनी सर्वांनी मिळून सिजिनशी चांगलं आणि प्रेमानं वागायचं ठरवलं आणि संयमानं वागून त्याच्या हिलींगसाठी त्याला मदत करायची असं ठरवलं.

सिजिनला देखिल हे समजलं की डूफी त्याच्या आयुष्यामध्ये मार्गदर्शकाची भुमिका बजावत आहे आणि त्याचं सिजिनवर खूपच प्रेम आहे. डूफी आणि सिजिन दोघंही आनंदी कसे राहतील याची सर्व कुटुंबिय सर्वतोपरी काळजी घेऊ लागले.

सिजिननं हळुहळू त्याच्या आयुष्यात बदल घडवायला सुरूवात केली होती आणि त्याच्या आयुष्याची गाडी हळुहळू रूळावर येऊ लागली होती. डूफी देखिल आता त्याच्याशी बऱ्यापैकी चांगलं वागू लागला होता. आता तो विनाकारण भुंकत आणि चावत नव्हता. त्या दोघांनी एकमेकांशी चांगलं वागायला सुरूवात केली, एकमेकांशी खेळू लागले आणि रात्रीच्या जेवणानंतर एकत्र फिरायला बाहेर जाऊ लागले.

मी आजवर घेतलेल्या अनुभवांपैकी हा सर्वात जास्त विस्मयकारक अनुभव होता. हा अनुभव केवळ हृदयस्पर्शी नसून भावनिकरित्या देखिल प्रेरणा देतो. यामधून आपल्याला कुटुंबामधील एकरूपतेचं अनोखं दर्शन घडतं आणि छोट्या छोट्या गोष्टी कुटुंबाला कशा प्रकारे बांधून ठेवतात आणि प्राणीसोबती कुटुंबामध्ये कशा प्रकारे महत्वाची भुमिका निभावतात हे समजतं.

आपल्याला या गोष्टीमध्ये आधीच्या प्रकरणांमध्ये पाहिलेल्या सर्व संकल्पनांचं जसं की आत्मिक भावबंध, आत्मिक उद्देश, आत्मिक करार आणि आत्म्यांचे गट यांचं दर्शन घडतं आणि त्यांचं महत्व पटतं.

या गोष्टी मधून आपल्याला हे देखिल समजतं की प्राणी आपल्या पालकांच्या वर्तनाचं कशा प्रकारे अनुकरण करतात, त्यांच्या मार्गदर्काची भुमिका कशा प्रकारे निभावतात, त्यांचा आत्मिक उद्देश आणि आत्मिक करार कशा प्रकारे निभावतात आणि सर्व कुटुंबाचा ताणतणाव स्वत:वर कशा प्रकारे घेतात जेणेकरून कुटुंबिय समस्यांचा अधिक चांगल्या प्रकारे सामना करू शकतील.

डूफी आणि सिजिनच्या गोष्टी मधून आपल्याला हे लक्षात येतं की प्राण्याचं शहाणपण आणि दृष्टिकोन हे आपल्या आकलनशक्ती पेक्षा पुष्कळच प्रगल्भ असतात. अदृश्य गोष्टी पाहण्याची त्यांची क्षमता माणसापेक्षा कितीतरी पटीनं जास्त असते.

थोडक्यात सांगायचं झालं तर बऱ्याचवेळा प्राण्याच्या विचित्र वागणुकीच्या मागं काहीतरी कारण नक्कीच असतं. योग्य वेळ आली की आपल्याला हे समजतं की त्यांच्या कृतीमागं अनुकरण (मिररींग), पालकांच्या समस्या आपल्या अंगावर घेणं (टेकींग ऑन), विहित कार्य पार पाडणं, आत्मिक उद्देश किंवा आत्मिक करार ही करणं असू शकतात.

भाग ४

हरवलेले प्राणी

प्रकरण १७

ॲनिमल कम्युनिकेटर म्हणून आपली भुमिका

मी हाताळलेल्या केसेसपैकी बऱ्याचशा केसेस या हरवलेल्या प्राण्यांच्या असतात. जवळपास दररोज जगभरातून पाळीव प्राण्यांचे पालक माझ्याशी संपर्क साधतात आणि त्यांच्या हरवलेल्या प्राण्यांना शोधायची विनंती करतात. प्राण्यांच्या पालकांना जर त्यांचा प्राणीमित्र हरवला तर जणू आपलं स्वतःचं मूल हरवल्या इतकीच चिंता आणि काळजी वाटते.

हरवलेला प्राणी त्यांच्या पालकांसमोर अनेक प्रश्न सोडून जातो. आपल्या लक्षात येतं की बऱ्याचजणांसाठी हा अत्यंत कठीण काळ असतो. ॲनिमल कम्युनिकेटर म्हणून आपण आपल्याला शक्य तितकी मदत करायला हवी.

आपण पालक आणि त्यांच्या प्राण्यांमधला एक पोकळ हाडासारखा दुवा असल्यानं प्राण्यांकडून मिळणारे मार्गदर्शन आणि महत्वाचे संदेश पालकांपर्यंत पोहोचवण्याची भुमिका करत असतो. पालकांना प्राण्याला शोधण्यासाठी प्रत्यक्ष हालचाली कराव्या लागतात, आपण त्यांचे संदेश एकमेकांपर्यंत पोहोचवून त्यांच्या मध्ये संवादाचा पूल बांधू शकतो.

ॲनिमल कम्युनिकेशनद्वारा आपल्या भाषेत न बोलू शकणाऱ्या प्राण्यांचा संदेश त्यांच्या पालकांपर्यंत पोहोचवण्यास मदत होते. आपण प्राण्यांशी बोलून त्यांना त्यांचं घर सोडून जाण्यामागचं कारण आणि ते सध्या रहात असलेल्या ठिकाणाबद्दल विचारू शकतो. परंतू आपण त्यांचा माग काढत नाही, त्यांना शोधून काढण्याचा प्रयत्न करत नाही

किंवा त्यांच्यावर परत येण्यासाठी कोणताही दबाव टाकत नाही. आपण त्यांच्या इच्छेचा पूर्णपणे आदर करतो.

ॲनिमल कम्युनिकेटर म्हणून आपण पालकांना प्राण्याला शोधण्याचे अन्य मार्ग चोखाळायला सांगितलं पाहिजे जसं पोलिसांकडं तक्रार करणे, सेवाभावी संस्थांची, प्राणीमित्रांची (रेस्क्युअर) मदत घेणे, सोशल मिडीयावर पोस्ट टाकणे, जागोजागी पोस्टर्स लावणे, प्राण्यांच्या डॉक्टरांना आणि पेट शॉप्समध्ये माहिती देणे इत्यादी. ॲनिमल कम्युनिकेशन हे त्यांना शोधून काढण्याचं तंत्र नसून त्यांचे संदेश जाणून घेऊन त्यांच्या पालकांपर्यंत पोहोचवण्याचा एक मार्ग आहे.

एक मात्र खरं आहे की बऱ्याच वेळा प्राणी खरोखरीच हरवतात. छोटी कुत्र्याची किंवा मांजराची पिल्लं हरवतात आणि काही वेळा प्रौढ प्राणी सुद्धा रस्ता चुकल्यामुळं हरवू शकतात.

पण बऱ्याच वेळा प्राणी '**हरवले**' नसण्याची देखिल शक्यता असते, कसं ते मी तुम्हाला सांगते.

यापूर्वी सांगितल्या प्रमाणं आपण माणसं त्यांच्या वर्तनामागचं कारण जाणून न घेता केवळ त्यांच्या वर्तनावर लक्ष केंद्रीत करतो. आपल्याला जेव्हा वाटतं की प्राणी हरवला आहे तेव्हा खरंतर तो स्वेच्छेनं घर सोडून गेलेला असू शकतो.

प्राणी नेमकं असं का करतात यामागची कारणं आपण नंतर जाणून घेऊ. परंतू त्याआधी हे लक्षात घ्यायला पाहिजे की जोपर्यंत प्राणी स्वत: सांगत नाही की ते हरले आहेत तोपर्यंत आपण ते गृहीत धरणं अजिबात बरोबर नाही.

आम्ही अशा प्राण्यांना हरवलेले असं संबोधत नाही तर त्यांना घर सोडून गेलेले प्राणी म्हणतो. कदाचित ते दुसऱ्या पालका सोबतचा आत्मिक करार पूर्ण करण्यासाठी गेले असतील किंवा आपल्या स्वत:च्या बळावर जग पहायला गेले असतील.

आपला स्वत:चा प्राणी असो किंवा क्लायंटचा, आपण समान तऱ्हेनंच काम करायला हवं. ॲनिमल कम्युनिकेटर म्हणून आपलं काम आहे **संवाद साधणं.** आपण प्राण्यांचे संदेश त्यांच्या पालकांपर्यंत पोहोचवतो आणि पालकांचे संदेश त्यांच्या प्राण्यांपर्यंत. आपण त्यांना परत येण्यासाठी त्यांच्यावर दबाव टाकायचा नाही किंवा त्यांच्या इच्छे विरुद्ध परत येण्याची त्यांच्यावर जबरदस्ती करायची नाही किंवा त्यांच्या संदेशांचा आपल्या मनाप्रमाणं अर्थ लावायचा नाही.

आपण प्राण्यांना शोधून काढणारे, थेरपिस्ट, प्रशिक्षक किंवा गुप्तहेर नाही. प्राणी कधी परत येईल, परत येईल किंवा नाही याची आपण खात्री देऊ शकत नाही. आपण हरवलेल्या प्राण्याला शोधून द्यायची हमी घेऊ शकत नाही. प्राण्यांचे संदेश त्यांच्या पालकांपर्यंत पोहोचवणं आणि त्यांचा तटस्थ संदेशवाहक बनणं हेच आपलं कर्तव्य आहे.

ॲनिमल कम्युनिकेटर म्हणून आपण हे करत नाही :

१. वर्तनविषयक प्रशिक्षण

२. वैद्यकीय निदान आणि उपचार

३. संदेशांचा अर्थ लावणे

४. हरवलेले प्राणी शोधून काढणे

कोणतंही कारण घेऊन प्राण्यांचे पालक आपल्याकडे आले तरी आपलं काम केवळ प्राण्या सोबत संवादासाठी माध्यम बनणं व प्राण्यांशी संवाद साधणं हेच आहे. आपण विविध सुविधांच्या नावांखाली सुविधा उपलब्ध करून देणं अपेक्षित नाही. कदाचित उद्देश बदलू शकेल पण आपला दृष्टिकोन समान असायला हवा.

कधीकधी ॲनिमल कम्युनिकेटर म्हणून आपण आपली कर्तव्यं विसरणं संभवनीय आहे. आपल्या संवादा मधून आपण क्लायंटच्या मागणी नुसार प्राण्यांवर दबाब टाकून उत्तर मिळवण्याचा प्रयत्न केला जाऊ शकतो, पण अशा पद्धतीनं क्लायंटची मागणी पुरवणं हे आपलं काम नाही.

प्राण्यांचे पालक किंवा प्रत्यक्ष प्राण्यांमुळं नव्हे तर आपली स्वत:ची अशी कृत्यं किंवा आपले चुकीचे मापदंड यामुळंच आपल्याला अधिक त्रास होऊ शकतो.

आपण प्राण्यांना शोधून काढणारे, थेरपिस्ट, प्रशिक्षक किंवा गुप्तहेर नाही. आपण तसे असतो तर आपल्याला बऱ्याच अपयशांचा सामना करायला लागला असता. प्राणी आपल्याला काय सांगतात किंवा त्यांचं वागणं कसं असतं यापेक्षा ॲनिमल कम्युनिकेटर म्हणून किती प्राणी आपल्याशी संवाद साधतात यावर आपलं यश अवलंबून आहे. मी नम्रपणे सांगू इच्छिते की कोणताही प्राणी आपल्याशी संवाद साधायला नकार देत नाही त्यामुळं आपल्याला शंभर टक्के यश मिळतंच.

प्राणी आजारी आहे की निरोगी, हरवलेला आहे की घरी आहे, मृत पावला आहे किंवा जिवंत आहे, नीट वागतोय की विचित्रपणे यापैकी काहीही असले तरी आपल्या संवादामध्ये काहीच फरक पडत नाही. आपण सर्व प्राण्यांशी एकाच तऱ्हेनं संवाद साधतो. आपला उद्देश केवळ प्राण्यांची बाजू जाणून घेणं हा असतो.

आपला उद्देश हा नेहमी प्राण्यांशी संवाद साधणं आणि त्यांचं ऐकून घेणं हा असायला हवा. आपला उद्देश त्यांच्याकडून उत्तरं काढून घेण्याचा किंवा हरवलेल्या प्राण्यांकडून त्यांच्या मनाविरुद्ध त्यांचं ठिकाण जाणून घेण्याचा असू नये.

बऱ्याचशा प्राण्यांना निसर्गाशी एकरूप असल्यानं दिशेचं ज्ञान आणि जागांची माहिती असते. हे घरी राहणाऱ्या आणि भटक्या प्राण्यांच्या बाबतीत देखिल खरं असतं. आपण त्यांच्या बुद्धिमत्तेवर शंका न घेता ते घर सोडून का गेले हे शोधून काढण्याचा प्रयत्न करावा.

वर्तन किंवा आरोग्यविषयक समस्यांप्रमाणंच आपण या बाबतीत देखिल काहीही गृहीत धरू नये. प्राण्यांना घर सोडून जावंसं का वाटलं, त्यांना घरी परत यायचं आहे का, ते खरोखरीच हरवले आहेत की त्यांनी स्वेच्छेनं घर सोडलं आहे असे प्रश्न त्यांना विचारावेत.

प्रकरण १८

प्राणी घर सोडून का जातात ?

ॲनिमल कम्युनिकेशनच्या प्रॅक्टिसमध्ये मी अशा पुष्कळ केसेस पाहिल्या आहेत ज्यामध्ये पालक आपले प्राणी सापडतील याची आशाच सोडतात. ते माझ्याशी तातडीनं संपर्क साधतात आणि त्यांचे प्राणीसोबती कुठे आहेत हे शोधून काढायची आणि मी त्यांना घरी येण्यासाठी विनंती करायची अशी कळकळीची विनंती करतात.

आपण पालकांच्या खऱ्याखुऱ्या भावना समजून घ्याव्यात पण भावनांच्या आहारी न जाता आपण आपलं काम करत रहावं. घर सोडून गेलेल्या प्राण्यांशी संवाद साधताना मी माझे काही विशिष्ट नियम ठेवले आहेत.

प्राणी घर सोडून का जातात याची काही कारणं पुढं दिली आहेत :

- त्यांना घराबाहेरचं जग अनुभवायचं असतं किंवा शिकार करायची असते
- पालकांसोबतचा आत्मिक करार पूर्ण झालेला असतो
- त्यांनी पालकांवरचं कोणतंतरी संकट आपल्या अंगावर घेतलेलं असतं आणि म्हणून ते घर सोडून जातात
- त्यांच्या पालकांनी आपल्या आयुष्यात काही विशिष्ट बदल घडवावे असं त्यांना वाटत असतं
- घरातल्या ऊर्जेचा समतोल परत आणण्यासाठी ते घर सोडून जातात
- त्यांना आपल्या कृतीमधून काही संदेश द्यायचा असतो
- ते खरोखरीच हरवलेले असतात आणि त्यांना घरी परत यायचा मार्ग सापडत नसतो

- त्यांना कोणीतरी पळवून नेलेलं असतं

अशी अनेक कारणं असू शकतात.

प्राण्यांशी संवाद साधल्याशिवाय खरं कारण आपल्याला समजू शकत नाही. घरी परत यायचं की नाही हे सर्वस्वी त्या प्राण्यावर अवलंबून असतं.

वरवर पाहता काही वर्तन किंवा आरोग्यविषयक समस्या अतिशय विदारक वाटतात परंतू त्यांच्या मुळाशी कदाचित एखादी क्षुल्लक गोष्ट असू शकते. याचप्रमाणं वरवर पाहता प्राणी हरवणं ही खूप मोठी शोकांतिका वाटू शकते परंतू सत्य कदाचित काहीतरी निराळंच असू शकेल.

एक पाळीव मादी पोपट अचानक घराच्या बाहेर उडून गेली, खरंतर तिला घरामध्येच राहण्याची सवय होती. तिच्या पालकानी मला तिच्याशी संवाद साधण्याची आणि ती कुठं आहे हे जाणून घेण्याची विनंती केली.

पोपटानं मला सांगितलं की तिनं घरातल्या स्त्रीचं आजारपण स्वतःच्या अंगावर घेतलं आहे आणि परत यायची तिची इच्छा नाही. पोपटानं सांगितलं की ती इमारतीच्या परिसरातील देवळाजवळच्या एका मोठ्या झाडाच्या आसपास फिरत आहे.

लवकरच तिनं सांगितल्याप्रमाणं ती इमारतीच्या परिसरातील देवळाजवळच्या एका मोठ्या झाडावर बसलेली आढळली. तिच्या पालकांना ती ठीक आहे हे समजल्यामुळं आता ती कधीही परत येणार नाही हे स्वीकारणं सोपं गेलं.

या पोपटानं घरातल्या स्त्रीचा आजार, एकप्रकारचा कॅन्सर आपल्या अंगावर घेतला होता. त्या स्त्रीला काही दिवसांपूर्वीच कॅन्सर झाल्याचं निदान करण्यात आलं होतं. त्यांची मादी पोपट घर सोडून गेल्यानंतर ती स्त्री काही दिवसातच खडखडीत बरी झाली.

पोपटानं तिच्या पालकाचे आजार आपल्या अंगावर घेऊन आपला आत्मिक उद्देश आणि करार पूर्ण केला आणि ती कायमसाठी निघून गेली.

प्रकरण १९

संवाद सुरू करताना

हरवलेल्या प्राण्यांशी टेलिपॅथिकली संवाद साधताना आपल्याला शांत राहून आपलं मन स्थिर केलं पाहिजे. प्राण्यांसोबत संवादाचं माध्यम खुलं झाल्यावर जर आपण स्वत:च तणावापूर्ण आणि वैतागलेले असलो तर तशीच नकारात्मक ऊर्जा प्राण्यांपर्यंत पोहोचते जी प्राण्यांना आपल्यापासून अधिक दूर करू शकते.

प्राण्यांशी संवाद न साधताच ते हरवला आहे, पळून गेले आहे किंवा त्यांचं अपहरण झालं आहे असं गृहीत धरू नये.

घाबरून न जाता, तणाव न घेता, काळजी न करता किंवा काहीतरी वाईट घडेल असा विचार न करता शांतपणे आणि सहजपणे त्यांच्याशी संवाद साधा. ते का घर सोडून गेले किंवा काय चुकीचं घडलं असं त्यांना थेटपणे विचारू नका.

मी हरवलेल्या प्राण्यांशी संवाद साधताना उत्तम परिणाम साधण्यासाठी खालील सहा गोष्टी अंमलात आणते :

१. संवादाची सुरूवात हलक्याफुलक्या प्रश्नांनी करा

आपण अन्य प्राण्यांशी संवाद साधू त्याचप्रमाणं या प्राण्यांशी देखिल संवादाची सुरूवात सहजरित्या करायला हवी. लक्षात घ्या प्राण्यानं स्वत:हून घर सोडलं आहे की तो खरोखरीच हरवला आहे हे आपल्याला अजुनपर्यंत माहीत नाही. इतर कोणत्याही प्राण्याशी संवाद साधताना आपण जशी सुरूवात करू त्याचप्रमाणं

अगोदर उद्देश निश्चित करा, निसर्गाशी एकरूप व्हा, संवादाचं माध्यम प्रस्थापित करा आणि हलक्याफुलक्या प्रश्नांनी सुरूवात करा.

साध्या सोप्या संवादांनी सुरूवात करा जसं की स्वत:ची ओळख करून देणे, त्यांच्या व्यक्तिमत्वाबद्दल जाणून घेणे. सुरूवातीला हलकेफुलके प्रश्न विचारून जवळीक साधा. आपण सुरूवातीला केवळ प्राण्याचा विश्वास जिंकला पाहिजे.

२. योग्य तऱ्हेचे प्रश्न विचारून प्राण्यांकडून त्यांच्या हरवण्याचं कारण विचारून घ्या

हळुहळू संवादाची दिशा ते घर सोडून गेले आहेत याकडे वळवा. त्यांनी 'का' घर सोडलं असं थेटपणे विचारण्यापेक्षा त्यांच्या निघून जाण्यामागचं नेमकं कारण काय आहे हे विचारा. खरंतर या दोन्हीमध्ये काही विशेष फरक नाही परंतू 'का' ने सुरू होणारा प्रश्न हा फार वरवरचा वाटू शकतो आणि 'काय' ने सुरू होणारे प्रश्न कारणांच्या मुळापर्यंत जाऊ शकतात.

"घर सोडण्यामागचं तुझं कारण काय आहे?", "तुला घर सोडावंसं वाटण्यामागचं कारण काय आहे?" किंवा "कोणत्या परिस्थितीमध्ये तू घर सोडलंस?" असे प्रश्न विचारा.

"तू घर सोडून का पळून गेलास? तुला घरी रहायला आवडत नाही का? तू पालकांवर रागावला आहेस का?", असे प्रश्न विचारणं टाळा.

यापूर्वी सांगितल्याप्रमाणं 'का' नं सुरू होणारे प्रश्न विचारणं टाळा त्याऐवजी ओपन एंडेड प्रश्न विचारा जेणेकरून कमी वेळेत तुम्हाला अधिकाधिक माहिती मिळेल.

लैलाच्या गोष्टीमधून हे आपल्याला अधिक चांगल्या तऱ्हेनं समजून घेता येईल. लैला ही एक पाळीव मांजर होती जी अचानक घरातून बेपत्ता झाली. तिचं कुटुंब इमारतीच्या तळमजल्यावर रहात होतं. ती जेव्हा घराबाहेर पडायची तेव्हा फक्त सोसायटीच्या आवारातच फिरायची आणि खेळायची, कधीच बाहेर जायची नाही.

लैला स्वत:हून आजपर्यंत कधीच एकटी बाहेर पडली नव्हती त्यामुळं तिचं जाणं खरोखरीच धक्कादायक होतं. हा तो काळ होता जेव्हा भारतामध्ये कोव्हिड १९ चा संसर्ग संपूर्ण भरात होता आणि भारत सरकारनं संपूर्ण देशामध्ये कडक लॉकडाऊन जारी केलं होता.

लैलाच्या कुटुंबियांनी काळजीनं ग्रस्त होऊन ती हरवल्याच्या तिसऱ्या दिवशी माझ्याशी संपर्क साधला आणि मला तिच्याशी बोलण्याची आणि ती कुठं आहे हे जाणून घेण्याची विनंती केली. मी जेव्हा लैलाशी संवाद साधला तेव्हा तिनं सांगितलं की तिचे कुटुंबिय नेहमी ज्या देवळात जातात त्या देवळात ती काही गेले दिवस आहे.

मी तिच्या कुटुंबियांना कळकळीनं सांगितलं की लैलानं सांगितलेल्या ठिकाणी ती खरोखरीच आहे का हे पाहून घ्या. जर ती त्या देवळात नसेल तर आजुबाजूच्या देवळांमध्ये तिचा शोध घ्या कारण त्यापैकीच एखाद्या देवळात ती असायची शक्यता आहे.

तिच्या कुटुंबियांना लैला त्या देवळात असण्याची शक्यता खूपच कमी वाटली कारण ते देऊळ त्यांच्या घरापासून दोन कि.मी. अंतरावर होतं आणि लैला तिकडं कधीच गेली नव्हती. तरीही त्यांनी तिथं जाऊन शोधण्याचं ठरवलं.

लैला केवळ त्या देवळात रहात होती इतकंच नव्हे तर तिनं आजुबाजूच्या कुत्र्या मांजरांशी मैत्री देखिल केली होती आणि इतर प्राण्यांसोबत ती देवळात आसरा घेत होती.

तिनं सांगितलं की या ठिकाणी आल्यावर तिच्या पालकांच्या मनाला अतिशय शांतता मिळायची त्यामुळं तिनं इथं यायचं ठरवलं. कोव्हिड १९ मुळं सगळेच घरी होते आणि त्यामुळं घरातली ऊर्जा विस्कळीत झाली होती आणि ती परत मिळवण्यासाठी तिनं याठिकाणी यायचा निर्णय घेतला होता.

अवघा देश कोरोनाच्या संकटातून जात असताना, प्रत्येकाच्याच मनावर आणि शरीरावर त्याचा दुष्परिणाम होत होता. लैलाला तिच्या

पालकांना बरं वाटावं आणि त्यांना कोणता त्रास होऊ नये असं वाटत होतं. घरच्यांच्या चेहेऱ्यावर आनंद आणण्याची आणि घरामध्ये सकारात्मक ऊर्जा निर्माण करण्याची कामगिरी तिनं स्वत:वर घेतली होती.

लैलानं तिच्या पालकांना दिलेला हा एक स्पष्ट संदेश होता की कितीही वाईट असली तरी आहे ती परिस्थिती स्वीकारून तिच्यातून योग्य मार्ग काढला पाहिजे.

संपूर्ण देशभरात कडक लॉकडाऊन जारी केल्यामुळं सगळेच हतबल झाले होते आणि घरात अडकून पडले होते. ही परिस्थिती खरोखरीच आव्हानात्मक होती, पण लैलानं तिच्या वर्तनामधून पालकांना हे दाखवून दिलं की कितिही कठीण परिस्थिती का असेना तुम्ही तुमच्या मनाची शांती ढळू न देता जास्तीतजास्त चांगलं जगण्यासाठी प्रयत्न करायला हवेत.

यावरून आपल्या लक्षात येतं की प्राण्यानी त्यांचं घर कदाचित कायमचं सोडलं देखिल नसेल किंवा त्यांना घरी परत यायचं असेल. त्यांच्या नैसर्गिक प्रेरणेप्रमाणं प्राणी कधीकधी घर सोडून जातात. ते कदाचित त्यांचा जोडीदार शोधण्यासाठी किंवा जगाचा अनुभव घेण्यासाठी, आजुबाजूच्या परिसरात आपल्या कक्षा रुंदावण्यासाठी किंवा शिकारीसाठी घर सोडतात. किंवा लैलाप्रमाणं आपला स्पष्ट संदेश पालकांपर्यंत पोहोचवण्यासाठी किंवा पालकांसोबतचा आत्मिक उद्देश पूर्ण करण्यासाठी घर सोडतात.

घर सोडून जाणे ही बऱ्याच प्राण्यांसाठी नैसर्गिक गोष्ट आहे. अगदी कुत्री आणि मांजरं देखिल याला अपवाद नाहीत. त्यांच्या जाण्यानं पालक काळजीत पडले असतील याची त्यांना बऱ्याचवेळा जाणीव असते. त्यामुळं "ते पळून का गेले?" किंवा "त्यांनी घर का सोडलं?" असे प्रश्न विचारायचं टाळा.

३. त्यांना परत यायचं आहे का हे विचारा?

प्रत्येक प्राणी हा त्यांच्या इच्छेनुसारच वागतो. ते आपल्या मनाप्रमाणं घर सोडून जातात आणि इच्छा झाली की परत येतात.

कम्युनिकेशनच्या माध्यमातून आपण त्यांना केवळ परत यायचं आहे आणि कधी परत यायचं आहे इतकंच विचारू शकतो. आपण त्यांना परत येण्याची आज्ञा देऊ शकत नाही किंवा त्यांचं मनही वळवू शकत नाही.

प्राण्यांची डॉक्टर असणारी मानसी तिची नायला नावाची मांजर हरवल्यामुळं अत्यंत दुःखी आणि चिंताग्रस्त होती. नायला नेहमी घरातच रहायची आणि अचानक एकेदिवशी ती गायब झाली. मानसीच्या दुःखाला सीमा नव्हती आणि तिला ताबडतोब नायलाचा ठावठिकाणा पाहिजे होता.

मी जेव्हा नायलाशी संवाद साधला तेव्हा तिचं व्यक्तिमत्व मला सुरूवातीला फारच सुंदर वाटलं. ती अत्यंत मनमोकळ्या स्वभावाची होती आणि उदासवाण्या वातावरणात चैतन्य आणू शकेल असं तिचं व्यक्तिमत्व होतं.

संभाषण सुरू करण्या करता मी तिला विचारलं की ती कशी आहे आणि सध्या काय करत आहे? तिनं सांगितलं की ती गोंधळलेली आहे आणि तिची प्रकृती तितकिशी बरी नाही.

तिनं सांगितलं की तिच्या शरीराला इजा झाली आहे. मी तिला विचारलं की तिला परत यायचं आहे का? तेव्हा तिनं हो असं सांगितलं. मी जेव्हा तिला ती सध्या कुठं आहे असं विचारलं तेव्हा तिनं "मी एका छोट्या गल्लीत आहे आणि बाजूला गटार आहे" असं सांगितलं. तिनं सांगितलं की ती त्या ठिकाणाजवळ लपून बसली आहे. ती एखादा जोडीदार शोधण्यासाठी फिरत फिरत त्या ठिकाणी आली होती पण रस्ता चुकल्यामुळं परत कसं जावं हे तिला समजत नव्हतं.

मी नायलाला विचारलं की तिला कोणती मदत हवी आहे का आणि मानसी तिच्यासाठी काय करू शकते. तिनं सांगितलं की ती मानसीच्या घराच्या मागच्या बाजूला आहे आणि मानसी जर तिथं आली आणि तिनं नायलाला हाक मारली तर ती नक्कीच प्रतिसाद देईल. तिनं सांगितलं की ती जास्त लांब गेली नाहीये आणि तिला लागलं असल्यामुळं ती तिथून हलुही शकत नाही.

जेव्हा प्राणी स्वतःहून ते कुठे आहेत आणि त्यांच्या आजुबाजूला काय आहे हे सांगतात तेव्हा त्यांचा शोध घेण्यासाठी याचा नक्कीच उपयोग होतो.

नंतर मी तिला विचारलं की ती स्वतः परत येऊ शकते की तिला मदतीची किंवा मार्गदर्शनाची गरज आहे? नायलानं सांगितलं की ती स्वतःची स्वतः घरी येऊ शकते पण त्यासाठी तिला आत्मविश्वासाची गरज आहे. परंतू सध्याच्या परिस्थितीत ती कधी परत येऊ शकेल हे सांगू शकत नाही.

मानसीनं माझं ऐकून नायलाच्या इच्छेप्रमाणं करायचं ठरवलं. नायलानं सांगतल्याप्रमाणं ती तिच्या घराच्या मागच्या बाजूला गेली आणि तिनं नायलाला हाक मारली. तिनं हाक मारताक्षणी नायला तिच्या लपलेल्या जागेवरून धावत मानसीकडं आली.

तिची तब्येत थोडीशी नाजूक वाटत होती आणि अशक्त दिसत होती. ती जिथं लपली होती त्या परिसरातल्या मुलानं सांगितलं की एका बोक्यानं तिचा पाठलाग करून तिला मारहाण केली ज्यामुळं तिची शारीरिक स्थिती थोडी नाजूक झाली होती. नायला आणि मानसीच्या पुनर्भेटीचा हा क्षण खरोखरीच सुंदर होता.

प्राण्यांना दिशेचं चांगलंच ज्ञान असतं. त्यांना आपल्या घरी परत जायचा मार्ग माहिती असतो. पण जर त्यांना घरी परत यायचं असेल आणि त्यांना रस्ता सापडत नसेल तर ते आपल्याला नक्कीच याबद्दल सांगतील. अशा केसमध्ये त्यांच्या पालकांनी काय मदत करणं अपेक्षित आहे ते त्यांना विचारा. त्यांना घरी परत येण्यासाठी मार्गदर्शनाची गरज आहे का ते विचारा.

४. ते स्वतःहून घरी येऊ शकतात का आणि ते कधी परत येतील हे देखिल त्यांना विचारा

प्राण्यांना विचारा की ते स्वतःहून घरी येऊ शकतात का? काही प्राणी सांगतात की ते घरापासून फार दूर नाहीत आणि ते इकडंतिकडं फिरत आहेत, तर काही प्राणी सांगतात की ते हरवले आहेत, तर काही प्राण्यांनी कधीच न परतण्याचा निश्चय करूनच घर सोडलेलं असतं.

जे काही असेल त्याबद्दल ते स्पष्टपणे सांगतात. पण त्यांना पुढे कधी घरी परत यायचं आहे का आणि असल्यास कधी हे आपण त्यांना विचारायला हवं. काही प्राण्यांचे याबाबतचे विचार अगदी स्पष्ट असतात आणि ते त्याबद्दल आपल्याला नेमकेपणानी सांगतात. त्यांना याच रूपात परत यायचं आहे की पुढच्या जन्मात वेगळ्या रूपात हे देखिल ते सांगतात.

इतर काही प्राणी सांगू शकतात की त्यांनी अजून काही ठरवलं नाही आणि योग्य वेळ आली की ते घरी परततील, तर काही जण सांगतात की त्यांना कधीच घरी परत यायचं नाहीये.

लक्षात घ्या की प्राण्यांशी संवाद साधताना तटस्थ राहून, काहीही गृहीत न धरता, कोणतीही अपेक्षा न करता आणि धमकीवजा भाषेत त्यांच्याशी न बोलता जर संवाद साधला तर प्राणी ते कुठे आहेत काय करत आहेत, त्यांनी असं का केलं हे सांगतात.

प्राणी घरात नसणं ही बाब केवळ हरवलेल्या प्राण्यांपुरतीच किंवा रस्ता न सापडणाऱ्या प्राण्यांपुरती मर्यादीत नसते. स्वेच्छेनं घरातून निघून गेलेल्या प्राणीसोबत्यांच्या बाबतीतही आपल्याला ही बाब ठळकपणे जाणवते. हे आपल्याला प्राणीपालक श्री. मेहरोत्रा आणि त्यांचं मांजर लिओ यांच्या गोष्टीवरून समजून येईल.

श्री. मेहरोत्रा शहरातील एका शाळेचे मुख्याध्यापक होते. त्यांच्याकडे लिओ नावाचा एक बोका होता. एके दिवशी अचानक लिओ घरातून गायब झाला. श्री. मेहरोत्रांना आपल्या बोक्याची काळजी वाटत होती पण त्यासाठी ॲनिमल कम्युनिकेशन तंत्राचा वापर करण्यासाठी ते तितकेसे राजी नव्हते.

बरेच दिवस लिओचा शोध घेतल्यानंतरही जेव्हा तो सापडला नाही तेव्हा काहीशा नाखुशीनंच त्यानी माझ्याशी टेलिपॅथिक संवाद साधण्यासाठी संपर्क केला. मी जेव्हा लिओशी संवाद साधला तेव्हा त्यानं सांगितलं की

तो जगाचा अनुभव घेण्यासाठी स्वेच्छेनं बाहेर पडला आहे आणि इतक्यात परत यायचा त्याचा विचार नाही.

त्यानी सांगितलं की त्याचे पालक श्री. मेहरोत्रा घरामध्ये सतत अधिकार गाजवत असतात आणि हा स्वभावविशेष त्याला विशेष आवडत नाही. मी हे श्री. मेहरोत्रांना कळवलं तेव्हा ते हे ऐकून आणि लिओच्या सूक्ष्म निरीक्षणानं आश्चर्यचकित झाले.

त्यांनी समजुतदारपणा दाखवला आणि घरी परत यायचं की नाही हे लिओलाच ठरवायला सांगितलं. श्री. मेहरोत्रांनी उचललेलं हे पाऊल खरोखरीच कौतुकास्पद होतं आणि प्रत्येक प्राणीपालकांनी आणि ॲनिमल कम्युनिकेटर्सनी याची नोंद घ्यायला हवी.

एक प्राणीपालक म्हणून आपल्या प्राण्याला परत भेटणं हे अतिशय महत्वाचं आहे हे मी जाणून आहे. पण आपण आपल्या प्राण्याच्या स्वातंत्र्याचा व इच्छेचा स्वीकार आणि आदर करायला हवा आणि त्यांना त्यांच्या मनाप्रमाणं वागू द्यायला हवं.

लिओबद्दल सांगायचं झालं तर त्याला त्याच्या मनाप्रमाणं वागू दिलं म्हणून तो श्री. मेहरोत्रांचा अत्यंत ऋणी होता. पण असं असलं तरी त्याच्या इच्छा पूर्ण झाल्या तर त्याची घरी यायची तयारी होती. आता त्याला समजलं होतं की त्याच्या पालकांचं त्याच्यावर इतकं प्रेम आहे की त्याला मुक्तपणे जगण्यासाठी ते एकटं सोडू शकतात.

दुसऱ्या दिवशी सकाळी श्री. मेहरोत्रांना आपल्या घराच्या दरवाजापाशी एक हलका आवाज ऐकू आला जणू काही त्यांना कोणीतरी साद घालत आहे. त्यांनी दरवाजा उघडला तर समोर लिओ होता !

हा बोका दरवाज्यातून आत अशाप्रकारे आला की जणू काही तो घर सोडून बाहेर गेलाच नव्हता. तो निरोगी आणि मजेत होता. त्याचं वजन थोडं कमी झालं होतं पण काळजी करण्यासारखं काही कारण नव्हतं.

श्री. मेहरोत्रा लिओची बाजू पूर्ण समजून घेण्याइतके दयाळू होते आणि त्यांनी त्याच्या परत येण्याच्या इच्छेचा देखिल मान राखला. इतकंच नाही

तर त्यानी यापुढं स्वत:चं वर्तन बदलण्याचा देखिल निश्चय केला. अशाच प्रकारे प्राणी वागतात – आपल्या इच्छेनुसार. आणि आपण देखिल अशाच प्रकारे त्यांच्या इच्छेचा मान ठेवून आपलं वर्तन बदलायला हवं.

जबाबदार प्राणीपालक प्राण्यांच्या भल्यासाठी आणि आनंदासाठी आपल्या वर्तनात सुधारणा घडवून आणायला कचरत नाहीत आणि प्राण्यांच्या इच्छेचा मान ठेवतात.

५. त्यांना काही मदत हवी आहे का विचारा?

आता हे महत्वाचं आहे. प्राण्याला त्याच्या पालकांच्या मदतीची गरज असेल किंवा नसेल, पण ते त्यांना स्वत:हून सांगू द्या. त्यांना काही मदत हवी आहे का हे विचारा. बऱ्याचवेळा प्राण्यांना काही मदतीची गरज नसते आणि घरी परतण्याचा मार्ग स्वत: शोधू शकतात. या बाबतीत स्वत:हून त्यांना मदत करणं कदाचित त्यांना उपकार केल्यासारखं वाटेल आणि त्यामधून तुमची काळजी दिसणार नाही.

जर त्यांना तुमची मदत हवी असेल तर ते तुम्हाला नेमक्या भाषेत सांगतील. ते तुम्हाला कदाचित घरी परत येण्यासाठी मार्गदर्शन करायला सांगतील किंवा त्यांच्या सध्याच्या ठिकाणाहून त्यांची सुटका करण्यासाठी मदत मागतील. बऱ्याचशा केसेसमध्ये एक कम्युनिकेटर म्हणून आपण त्यांचा संदेश त्यांच्या पालकांपर्यंत पोहोचवणं इतकीच आपली भुमिका असते आणि प्राण्यांना देखिल कम्युनिकेटर कडून इतक्याच मदतीची अपेक्षा असते.

नेहमीच प्राण्याला त्याला काय आणि कोणती मदत हवी आहे हे विचारा. प्राण्याच्या सद्यस्थितीबद्दल काही गृहीत धरण्यापेक्षा आणि त्यांनी विचारल्याशिवाय त्यांना मदत करण्यापेक्षा त्यांनी सांगायची वाट पहा. परिस्थितीच्या गरजेनुसार ते कुठे आहेत, त्यांच्या आजुबाजूला कोण आहे आणि त्यांची शारीरिक स्थिती कशी आहे यासारख्या महत्वपूर्ण गोष्टी ते सांगतात. त्यांच्या संदेशाचा निराळा अर्थ न काढता आपल्याला प्राण्यांनी जितकं करायला सांगितलं आहे तितकंच करायला पाहिजे.

बरेचसे गायब झालेले प्राणी हे एकतर घर सोडून पळून गेलेले नसतात किंवा हरवलेले नसतात. काही विशिष्ठ कारणांमुळं त्यांना त्यांच्या इच्छेवरून कुटुंबापासून दूर रहावं लागतं. हे सहा महिन्यांच्या वुल्फरच्या गोष्टीमधून तुमच्या लक्षात येईल.

वुल्फर नावाच्या सहा महिन्याच्या कुत्र्याच्या पिल्लाला त्याच्या पालकानी शेजारणीसोबत फिरायला पाठवलं, पण परत येताना ती एकटेच आली. तिनं सांगितलं की रस्त्यावरून चालत असताना अचानक वुल्फर झटका देउन पळून गेला, त्यानं स्वतःची सुटका करून घेतली. वुल्फरच्या पालकाने माझ्याशी संपर्क साधून मला त्याच्याशी संवाद साधायची विनंती केली. मी ही गोष्ट इथेच तात्पुरती थांबवते आणि एका महत्वाच्या गोष्टीकडे तुमचं लक्ष वेधू इच्छिते.

त्या स्त्रीनं सांगितलं की वुल्फरनं स्वतःची सुटका करून घेतली, यावरून हे लक्षात येतं की तो जाणिवपूर्वक निघून गेला आहे. त्यामुळं आपल्याला असं वाटू शकतं की सुटका करून घेणं हाच त्याचा उद्देश होता. आपण कोणतीही गोष्ट गृहीत न धरता प्राण्यांच्या कृतीसंदर्भात त्यांना प्रश्न विचारायला हवेत.

वुल्फरशी बोलताना त्यानं सांगितलं की तो सुरक्षित आणि ठीक आहे. त्यानं सांगितलं की रस्त्यावर प्रचंड रहदारी होती आणि समोरून येणाऱ्या गाडीच्या प्रखर प्रकाशझोतामुळं त्याचे डोळे दिपले आणि घाबरून तो विरुद्ध दिशेला पळत सुटला. त्यानं कबुल केलं तो लहान असल्यामुळं अजून त्याला दिशांचं ज्ञान आलं नाही. त्यामुळं तो घरी परत येण्याचा मार्ग शोधू शकत नाही.

मी जर वुल्फरला तो सुटका करून घेऊन पळून का गेला असं विचारलं असतं तर कदाचित माझ्या चुकीच्या वक्तव्यानं तो दुखावला गेला असता. प्रत्यक्षात त्यानं स्वतःची सुटकाही करून घेतली नव्हती आणि तो पळूनही गेला नव्हता, खरंतर तो हरवला होता आणि त्याला घरी परत यायचं होतं.

मी त्या पिल्लाची विचित्र परिस्थिती समजून घेतली आणि त्याला आजुबाजूच्या वातावरणाबद्दल आणि माणसांबद्दल अधिक काही सांगण्याची विनंती केली. त्यानं सांगितलं की एका स्त्रीचं त्याच्याकडं लक्ष आहे आणि ती त्याला खाऊ घालत आहे. ती त्या गल्लीतल्या इतर प्राण्यांना भेट देऊन त्यांच्यासाठी खायला आणते. त्यानं क्लेयरवॉयन्सच्या माध्यमातून मला एक अरूंद काळोखी गल्ली आणि एक काळं लोखंडी फाटक दाखवलं. मी जेव्हा ही माहिती त्याच्या पालकाला दिली तेव्हा तीनं जवळच्या परिसरात प्राण्यांना खाऊ घालणाऱ्या लोकांना वुल्फरची माहिती सांगितली.

अनपेक्षितपणे दुसऱ्या दिवशी एका स्त्रीनं त्याला घरी आणून सोडलं. ती बऱ्यापैकी वुल्फरनं सांगितल्याप्रमाणंच होती. तिनं देखिल हेच सांगितलं की वुल्फर तिला तिच्या घराजवळच्या गल्लीमध्ये काळ्या फाटकापाशी सापडला.

६. पालकांसाठी काही संदेश आहे का असं विचारा

नेहमीच संभाषणाचा शेवट करताना प्राण्याला त्याच्या पालकांसाठी काही संदेश आहे का हे विचारा.

जरी त्यांना घरी परत यायचं नसलं तरी प्राण्याकडे आपल्या पालकांसाठी नेहमीच काहीतरी संदेश असतो.

काही प्राणी आपल्या पालकांना सांगतात की त्यांचा आत्मिक उद्देश पूर्ण झाल्यामुळं ते निघून गेले आहेत, तर काही प्राणी सांगतात की ते हरवले आहेत आणि त्यांना परत येण्यासाठी मार्गदर्शनाची किंवा त्यांची सुटका करण्याची गरज आहे. काही प्राणी आपल्या पालकांना आपली काळजी करू नका असं सांगतात तर बाकीचे आपल्या पालकाला खात्री देतात की ते सुरक्षित आणि ठीक आहेत.

काही संदेश हे फक्त त्यांच्या पालकांसाठीच असतात आणि कम्युनिकेटर्सना त्याचा संदर्भ माहिती नसतो. पण लक्षात ठेवा आपल्याला एखाद्या पोकळ

हाडाप्रमाणं मध्यस्थाची भुमिका निभावायची आहे आणि प्राण्यांचे संदेश जसेच्या तसे त्यांच्या पालकांपर्यंत पोहोचवायचे आहेत. एका रंगतदार गोष्टीच्या माध्यमातून आपण याबद्दल अधिक जाणून घेऊया.

माझी एक क्लायंट मधू हिचा इंडी प्रकारचा कुत्रा जिंजर तिच्या टोलेजंग (हाय राईज) इमारतीमधून गायब झाला होता. सी.सी.टि.व्ही कॅमेऱ्यामध्ये तपासलं असता तो एकटाच सोसायटीच्या आवाराबाहेर निघून गेलेला दिसला. त्याच्या नेहमीच्या वागण्याशी हे पूर्णपणे विसंगत होते.

जेव्हा मी त्याच्याशी बोलले तेव्हा त्यानं सांगितलं की मधूसोबतचा त्याचा आत्मिक उद्देश पूर्ण झाला आहे आणि त्यामुळं त्यानं कधीही परत न येण्यासाठी घर सोडलं आहे. आता मधूचं नविन बाळ त्याचे आत्मिक उद्देश पूर्ण करेल.

त्यानं पुढं सांगितलं की त्या घरामधली ऊर्जा विस्कळीत झाली आहे. घरातली सर्व कामं आणि जबाबदाऱ्या या मधूच्या एकटीच्याच खांद्यावर पडल्या होत्या आणि त्यात तिचा नवरा काहीच मदत करत नाही. मधूला ही प्रतिक्रिया फारशी रूचली नाही आणि तिनं जिंजरला तिचे प्राधान्यक्रम आणि घरातील नियम यांच्याबद्दल आदरानं बोलायला सांगितलं.

यावर जिंजरनं सांगितलं की घरातले नियम हा त्याचा प्रश्न नाहीये आणि हा त्याचा आत्मिक उद्देश नव्हता.

त्यानं देखिल मधुला त्याच्या कायमस्वरूपीसाठी घर सोडून जाण्याच्या निर्णयाचा आदर करण्यास सांगितलं. कारण त्याचा तिथं राहण्यामागचा उद्देश पूर्ण झाला होता.

या सेशननंतर जिंजर अनेकवेळा त्यांच्या घराच्या आजुबाजूला फिरताना आढळला. त्यानं मला सांगितलं की त्याला मधू आणि तिच्या कुटुंबियांना कळवायचं होतं की तो सुरक्षित आणि व्यवस्थित आहे आणि स्वत:ची काळजी स्वत: घ्यायला समर्थ आहे.

जिंजरप्रमाणंच प्रत्येक प्राणी आपल्या इच्छेनुसार वागतो. ते आपल्या उद्देशाच्या आड येणाऱ्या कोणत्याही अडथळ्यांना किंवा बांधिलकीला जुमानत नाहीत.

प्रकरण २०

जेव्हा प्राण्यांना घरी परत येण्यासाठी आपल्या मदतीची गरज भासते

जर परत येण्यासाठी प्राण्यांना आपल्या मदतीची गरज असेल तर आपण संवादादरम्यान त्यांना विशिष्ट प्रश्न विचारायला हवेत. याठिकाणी आपल्याला ओपन एंडेड प्रश्नांपासून हलकेसे वरून थेटपणे क्लोज एंडेड प्रश्नांकडं वळलं पाहिजे. क्लोज एंडेड प्रश्न विचारताना आरोप केल्याप्रमाणं किंवा चौकशी केल्याप्रमाणं विचारणा करू नये.

क्लोज एंडेड थेट प्रश्न विचारल्यामुळं आपल्याला मुद्देसुद माहिती मिळू शकते. मी याठिकाणी नमुन्यादाखल काही प्रश्न दिले आहेत,

"सध्या तू कुठे आहेस?"

"तू त्या ठिकाणी कशी पोहोचलीस?"

"तू सध्या रहात असलेला परिसर कसा आहे? त्याचं वर्णन कर"

"तुझ्या आजुबाजूला कोणती माणसं आहेत का ?"

"ते लोक मैत्रीपूर्ण आहेत किंवा नाही? (खाऊ घालणारे / सुटका करणारे / अपहरण करणारे)

"ते तुला खाऊ घालतात आणि तुझी काळजी घेतात का?"

"आता तुला कसं वाटतंय?"

"तुझी तब्येत आणि शारीरिक स्थिती कशी आहे?"

प्राण्यांना त्यांच्या तब्येतीबद्दल विचारणं खूपच आवश्यक आहे. जर ते त्यांच्या वेदनेबद्दल किंवा शारीरिक अस्वस्थतेबद्दल बोलले तर आपण असा अंदाज बंधू शकतो की ते जिवंत आहेत आणि ठीक आहेत. आपण काहीही गृहीत धरण्यापेक्षा त्यांना स्पष्टपणे विचारलेले बरे.

काही प्राणी हे त्याचं शरीर आणि आत्मा या दोन्हींच्याही परिस्थितीबद्दल बोलतील. याचा अर्थ ते तुम्हाला ते जिवंत आहेत किंवा पुढच्या प्रवासाला लागले आहेत हे सांगतील. जर त्यांनी याबद्दल काही सांगितलं तर त्यांना अधिक तपशीलवार माहिती विचारा.

या अगोदरच्या विभागांमध्ये सांगितल्याप्रमाणं प्राण्यांच्या मृत्यू आणि मरण्याबद्दलच्या संकल्पना माणसांपेक्षा निराळ्या असतात. जरी त्यांनी त्यांचं मर्त्य शरीर सोडलं असलं तरी ते त्यांच्या पालकांशी कनेक्टेड असतात आणि त्यांना प्रत्येक टप्प्यावर मार्गदर्शन करत असतात. ॲनिमल कम्युनिकेटर म्हणून आपलं काम त्यांचं मार्गदर्शन आणि इतर संदेश त्यांच्या पालकांपर्यंत पोहोचवणं हे आहे.

आपण त्यांना विचारू शकतो की ते जिवंत आहेत किंवा पुढच्या प्रवासाला लागले आहेत. परंतू हा मुद्दा तुमच्या संवादाचा मुख्य विषय बनवू नका.

ते जिवंत आहेत की मृत याभोवती जर आपलं संभाषण फिरत राहिलं तर त्या संवादाच्या मूळ उद्देशा पासून आपण भरकटत जाण्याची शक्यता असते.

आपण कोणताही मार्ग चोखाळला तरी आपण घरी येण्यासाठी प्राण्यांवर दबाव टाकू शकत नाही. प्राणी त्यांच्या इच्छेनुसार वागत असतात. ते त्यांच्या स्वतःच्या मर्जीचे मालक असतात. आपल्या इच्छेविरूद्ध असलं तरी आपण त्यांच्या इच्छेचा मान राखला पाहिजे.

जर प्राण्यांनी आपल्याकडं मदत मागितली असेल तर ते घरी परत येईपर्यंत त्यांच्याशी कनेक्टेड राहणं हे आपलं कर्तव्य आहे. ते देखिल प्राण्याची संमती असेल तरच.

प्राण्यांच्या बुद्धीमत्तेला कमी लेखू नका. ते कदाचित आपल्याशी शाब्दिक संवाद साधू शकत नसतील पण हृदय, हेतू आणि भावना ते माणसांपेक्षाही अधिक चांगल्या प्रकारे जाणतात. जर त्यांना खरोखरीच पालकांना परत भेटायची इच्छा असेल तर ते काहीनाकाही मार्ग शोधून आज ना उद्या घरी परत येतीलच.

नेहाची कुत्री मॅगी दिवाळीमधल्या रात्री घरातून गायब झाली. आजुबाजूला सगळीकडं आनंदाचं आणि उत्साहाचं, रंगांचं आणि रोषणाईचं वातावरण होतं. जरी प्राण्यांना उत्सवांमधलं प्रेमळ आणि निर्मळ वातावरण आवडत असलं तरी त्यांना मोठे आवाज किंवा फटाक्यांची भिती वाटते.

फटाक्यांच्या आवाजाला घाबरून बरेचसे प्राणी आपला परिसर सोडून दुसरीकडं जातात. मॅगीच्या बाबतीतही असंच काहीसं घडलं.

जोरदार आवाज, गोंधळ, फटाके आणि दिव्यांचा झगमगाट या सगळ्यामुळं मॅगी वैतागून आणि घाबरून वाट फुटेल तिकडं पळत सुटली. जोपर्यंत शांत आणि सुरक्षित वातावरण मिळत नाही तोपर्यंत ती धावत होती आणि ती तिच्या घराच्या परिसरापासून बरीच दूर आली होती.

नेहा मॅगीच्या काळजीनं वेडीपिशी झाली होती आणि तिनं माझ्याशी संपर्क साधला. जेव्हा मी मॅगीशी संवाद साधला तेव्हा तिनं सांगितलं की ती आवाजापासून बचाव करण्यासाठी घाबरून सैरावैरा पळत सुटली आणि अनपेक्षितरित्या ती आता हरवली आहे. ती घरापासून इथंपर्यंत कशी आली याचं तिनं सविस्तर वर्णन केलं.

मॅगीनं सांगितलं की तीअगोदर सरळ गेली, मग ती उजव्या बाजूला वळली आणि एक रस्ता सोडून ती पुन्हा उजव्या बाजूला वळली आणि ती निवासी टोलेजंग इमारतींच्या परिसरात पोहोचली. तिनं सांगितलं की या उंच उंच इमारतींच्या मध्यभागी असणाऱ्या बागेजवळ ती आहे.

मी नेहाला मॅगीनं सांगितलेल्या रस्त्यानं जाऊन शोध घ्यायला सांगितला. नेहा बरोबर त्या मार्गानं गली आणि अतिशय काळजीपूर्वक तपासल्यानंतर तब्बल तीन दिवसांनी तिला मॅगी सुरक्षित सापडली.

ॲनिमल कम्युनिकेटर म्हणून आपलं काम प्राण्यांशी संवाद साधणं हे आहे, त्यांनी न मागता त्यांना विनाकारण मदत करू नये. ते त्यांची कामं करण्यासाठी स्वत: समर्थ असतात.

प्राणी आणि त्यांचे पालक एकमेकांशी शाब्दिक संवाद साधू शकत नसल्यानं एखाद्या पोकळ हाडाप्रमाणं दुवा बनून आपण त्यांचे संदेश एकमेकांपर्यंत पोहोचवले पाहिजेत.

परदेशात राहणाऱ्या सॅमनी त्यांची हनी नावाचं मांजर हरवलं आहे म्हणून माझ्याशी संपर्क साधला.

जेव्हा मी हनीशी संवाद साधला तेव्हा त्यानं सांगितलं की त्याला घराबाहेर पडण्याची परवानगी नव्हती. त्याला सूर्यप्रकाशात बाहेर फिरायला आवडायचं पण त्याची ही इच्छा पूर्ण होत नव्हती. त्यानं सांगितलं की तो स्वेच्छेनं जग पहायला बाहेर पडला आहे. हनीला इतक्यात घरी परत यायची इच्छा नव्हती.

परंतू त्यानं सांगितलं की जर सॅमनं त्याला शोधून काढलं तर मात्र तो त्याच्यासोबत घरी जाईल. त्यानं त्याच्या भोवतालच्या परिसराचा तपशील दिला आणि सांगितलं की तो सॅमच्या घरापासून फार दूर नाही. हनीनं हे देखिल सांगितलं की दोन स्त्रिया त्याची चांगली देखभाल करत आहेत आणि त्याला व्यवस्थित खाऊ घालत आहेत.

सॅमला हनीनं सांगितलेली जागा माहिती होती त्यामुळं तो बरोबर त्या ठिकाणी जाऊन पोहोचला. त्यावेळी हनीनं सांगितल्याप्रमाणं तो त्या दोन स्त्रियांसोबत होता.

आता सॅमला माहिती झालं होतं की हनीला नक्की काय हवं आहे त्यामुळं त्यानं स्वत:मध्ये बदल घडवून आणला. हनीला आता एकट्यानं बाहेर जायची परवानगी मिळाली फक्त त्यानं वेळेत आणि सुरक्षित घरी परत यावं अशी सॅमची इच्छा होती. या बदलानंतर हनी आणि सॅम दोघंही समाधानी बनले कारण त्यांना एकमेकांचे दृष्टिकोन आता पूर्णपणे समजले होते.

❖❖❖

अजून एका हरवलेल्या कुत्रीनं सांगितलं की ती घरापासून बरोबर ४.८ कि.मी. अंतरावर आहे. ४.८ हा आकडा तिनं नेमकेपणानं सांगितला होता. मी पालकांना सांगितलं की ती चार ते पाच कि.मी. च्या परिसरात आहे. आणि यात काहीच आश्चर्य नाही की ती बरोबर ४.८ कि.मी. अंतरावर सापडली.

गौरव आणि त्याचे कुटुंबिय त्यांचा सनी नावाचा कुत्रा हरवल्यामुळं चिंतेत होते. सनी देखिल दिवाळीच्या दिवसांमध्येच हरवला होता. त्यांनी त्याला शोधण्याचा पुष्कळ प्रयत्न केला पण त्यांना यश आलं नाही. शेवटी त्यांनी माझ्याशी संपर्क साधला.

सनीनं सांगितलं की त्याला एका माणसानं उचलून घरापासून दूर नेलं आहे पण त्याचा हेतू चांगला आहे. त्यानं सांगितलं की तो माणूस खूप चांगला आहे आणि त्याची उत्तम काळजी घेत आहे.

त्यानं त्याच्या पालकांना त्याची काळजी करू नका म्हणून सांगितलं. त्यानं सांगितलं की त्याला माझ्या मदतीची गरज नाही आणि तो स्वतःच घरी परत यायचा रस्ता शोधेल. मी गौरवपर्यंत हा संदेश पोहोचवला.

सनीनं सांगितलं की गौरव आणि त्याचे कुटुंबिय बऱ्याच गोष्टींना गृहीत धरतात. ते त्यांना जे काही मिळालं आहे त्याची कधी कधी जाणीव ठेवत नाहीत. त्यांना त्यांच्या सहवासात येणाऱ्या माणसांना किंवा प्राण्यांना योग्य मान द्यायला शिकलं पाहिजे.

या संवादानंतर काही दिवसांनी एका ट्रक ड्रायव्हरनं सनीला परत आणून सोडलं. त्यांना सनी त्यांच्या ट्रकजवळ आढळला होता. तो हरवलेला पाळीव कुत्रा असावा असं लक्षात आल्यानं त्यांनी सनीला त्या जागेपासून पन्नास कि.मी. दूर असणाऱ्या त्यांच्या घरी नेलं होतं. जेव्हा काही दिवसांनी ते सनीच्या घराच्या परिसरात परत कामानिमित्त गेले होते तेव्हा त्यांनी सनी हरवला असल्याची पोस्टर्स पाहिली आणि सनीला त्याच्या कुटुंबियांकडं आणून सोडलं.

या गोष्टीमधली विलक्षण बाब अशी की सनीनं सांगितलेली माहिती आणि तो ज्याठिकाणी होता त्याबद्दलचे तपशील तंतोतंत खरे निघाले. त्या ट्रक ड्रायव्हरनी देखिल हेच तपशील दिले होते.

प्रकरण २१

हरवलेल्या प्राण्यांना परत बोलावण्याची तंत्रं

या विभागामध्ये सांगितलेली संवादाची तंत्रं सोडून आणखी दोन सहजरित्या आणण्याजोगी तंत्रं आहेत ज्याचा उपयोग प्राण्याला परत बोलावण्यासाठी केला जाऊ शकतो (त्याची इच्छा असेल तर).

आपण प्राण्यांच्या पालकांना देखिल अधिक चांगला परिणाम मिळण्यासाठी या तंत्रांचा वापर करायला सांगू शकतो.

१. सोनेरी धागा तंत्र (गोल्डन कॉर्ड टेक्निक)

हरवलेल्या प्राण्याला परत बोलावण्यासाठीच्या सर्व तंत्रांमधलं हे अत्यंत सोपं आणि प्रभावी तंत्र आहे. प्राण्याच्या पालकांनी ते अवलंबल्यास त्याचा परिणाम अधिक चांगला दिसतो. हे तंत्र प्राणी आणि पालक यांच्या हृदयस्थ नात्याशी संलग्न असतं.

एखाद्या शांत जागी ध्यानस्थ बसा, निसर्गाशी एकरूप व्हा, मन शांत ठेवा, मनामध्ये घोंगावणारे सर्व विचार, सर्व गोंधळ बाजूला सारा. मनातील कोणताही गोंधळ, त्रासदायक विचार, चिंता या प्राण्याच्या मनापर्यंत पोहोचून तो आणखी जास्त घाबरू शकतो आणि तुमच्या पासून दूर जाऊ शकतो. त्यामुळं गोल्डन कॉर्ड टेक्निकला सुरूवात करण्यापूर्वी हे सर्व विचार मनातून काढून टाकणंच श्रेयस्कर.

डोळे मिटा आणि कल्पना करा की तुम्ही असणाऱ्या लख्ख प्रकाश असणाऱ्या ठिकाणी आहात. तुमच्या हृदयामधून एक सोनेरी धागा (गोल्डन

कॉर्ड) बाहेर पडत आहे. हा धागा तुमच्या प्राण्यासोबती परंत पाहोचला आहे आणि त्याच्या हृदयाशी जुडला गेला आहे असा विचार करा. आता हळुहळू तुमच्या प्राण्याला त्या धाग्याला पकडून तुमच्याकडं येण्याची विनंती. त्यांना हा धागा पकडून त्याच्या परंत चालत आपल्या घरी येण्यासाठी गळ घाला.

प्राणी घरी येईपर्यंत दिवसातून किमान एकदोन वेळा काही मिनिटांसाठी तुम्ही हे गोल्डन कॉर्ड तंत्र अंमलात आणा.

हे अत्यंत ऊर्जादायी तंत्र आहे आणि त्यामुळं याला ठोस असे काही नियम लागू होत नाहीत. हा धागा सोनेरीच आहे किंवा तो तुमच्या हृदयापासून त्याच्या हृदयापर्यंत जातोय अशीच कल्पना केली पाहिजे असं नाही. तुम्ही कोणत्याही रंगाच्या धाग्याची कल्पना करू शकता जो तुमच्या दोघांच्या शरीराला जोडला जाईल.

काही लोक लाल रंगाचा धागा त्यांच्या आणि प्राण्याच्या पायाला जोडला आहे अशी कल्पना करतात, किंवा हिरवा धागा पालकाचा हात आणि प्राण्याच्या पुढच्या पायाला जोडतोय, किंवा पिवळा धागा दोघांच्या नाभीला जोडला गेलेला आहे अशी कल्पना करतात. तुम्ही आणि तुमचा प्राणी एका धाग्यानं जोडले गेले आहात ही कल्पना करणं अधिक महत्वाचं आहे. धाग्याचा रंग आणि तो धागा प्राण्याला आणि त्याच्या पालकाला कसा जोडतोय हे तुमचं तुम्हीच ठरवू शकता.

प्राण्याशी पुनर्भेट करण्याचा हेतू निश्चित करा जेणेकरून त्याठिकाणी ऊर्जा योग्य प्रमाणात प्रवाहित होईल. गोल्डन कॉर्ड हे ऊर्जादायी तंत्र असल्यामुळं ते स्थळकाळाशी बांधलेले नाही. हजारो मैल दूर राहुनही तुम्ही हे तंत्र अवलंबू शकता. पालकाची पुनर्भेट घेण्यासाठीचं स्थळ प्राणी स्वत: ठरवेल. कदाचित त्या वेळी पालक दुसऱ्या शहरात किंवा दुसऱ्या देशातही असू शकेल पण प्राणी मात्र त्यांची भेट घ्यायला घरीच परत येईल.

जेव्हा मनजित एकटाच एका राज्यामधून दुसऱ्या राज्यामध्ये फिरत होता तेव्हा त्याच्या बोक्याला टायगरलासुद्धा जगाचा अनुभव घ्यायचा होता. जसा मनजित घराबाहेर पडला तशी टायगरनं संधी साधली आणि हळूच घराबाहेर पडला. जेव्हा तो घरात दिसेनासा झाला आणि कुठं सापडेनासा

झाला तेव्हा त्याच्या कुटुंबियांनी माझ्याशी संपर्क साधला आणि त्याच्या मनात काय आहे हे जाणून घेण्याची मला विनंती केली.

मी जेव्हा टायगरशी संवाद साधला तेव्हा त्यानं मला सांगितलं की तो स्वतःच्या मर्जीनं बाहेर पडलाय. त्याला पण मनजितप्रमाणं निरनिराळी ठिकाणं पहायची होती. आता मात्र टायगरला परत कसं यायचं याबाबत गोंधळ होता, त्याला रस्ता सापडत नव्हता. एकट्याच्या बळावर भटकण्याची इच्छा बाळगून बाहेर पडलेल्या टायगरचा विश्वास थोडा डळमळीत झाला होता.

मी त्याच्या कुटुंबियांना टायगरसोबत गोल्डन कॉर्ड तंत्र वापरण्याचा सल्ला दिला जेणेकरून टायगरला सुरक्षितरित्या घरी परत येण्यास मदत होईल. लक्षात घ्या की गोल्डन कॉर्ड तंत्र हे स्थळकाळावर अवलंबून नाही त्यामुळं हजारो कि.मी. दूर असूनही मनजितनं टायगरच्या बाबतीत गोल्डन कॉर्ड तंत्र वापरलं.

त्यानं टायगरला त्यांच्या दोघांमधलं ऊर्जादायी कनेक्शन वापरण्याची विनंती केली आणि घरी परतण्याचा मार्ग शोधण्याची गळ घातली. गोल्डन कॉर्ड तंत्राला कोणतीही बंधनं नसली तरी त्यासाठी आवश्यक आहे तो या तंत्रावरचा दृढ विश्वास. मनजितनं मी दिलेल्या सूचनांचं तंतोतंत पालन करून दृढविश्वासानं हे तंत्र वापरलं.

त्याच संध्याकाळी टायगर घरी परत गेला. तो त्याच्या या साहसी मोहिमेमुळं थोडासा अस्वस्थ झाला होता परंतू सुरक्षित आणि निरोगी होता.

टेलिपॅथिक कम्युनिकेशन हे ऊर्जेच्या सहाय्यानं चालत असल्यामुळं त्याला कोणतीही भौतिक बंधनं नसतात. जर आपण प्रत्यक्षात प्राणी जिथून हरवला आहे त्यापेक्षा वेगळ्याच एखाद्या ठिकाणी किंवा निराळ्याच भौगोलिक परिसरात असलो तरीही या तंत्राद्वारे आपण त्याला घरी परतण्यासाठी मार्गदर्शन करू शकतो.

२. बीकन ऑफ लाईट पद्धत

हे तंत्र कम्युनिकेटर किंवा प्राण्याचे पालक या दोघांनाही वापरता येतं. गोल्डन कॉर्ड तंत्रापेक्षा याचं वेगळेपण असं की यामध्ये भौगोलिक स्थानाला महत्व आहे. आपला हेतू सुनिश्चित करा, निसर्गाशी एकरूप व्हा आणि संवादासाठी माध्यम निर्माण करा.

प्राण्याला जिथून तो हरवला आहे त्याच्या जवळचं एखादं ओळखीचं ठिकाण निवडायला सांगा. त्याला कल्पना करायला सांगा की त्या ठिकाणाहून एक प्रखर प्रकाशाचा किरण (बीकन) येतो आहे, हळुहळू तो अधिक प्रखर आणि रूंद होत चालला आहे, आजुबाजूचा परिसर अधिक झगमगून टाकत आहे आणि आता तो संपूर्ण परिसर प्रकाशमान झाला आहे.

प्राण्याला या प्रकाशाच्या रोखानं यायला सांगा. हे तंत्र जहाजांना मार्ग दाखवणाऱ्या एखाद्या दीपस्तंभाप्रमाणं काम करते.

हे तंत्र प्राण्याला त्या ओळखीच्या ठिकाणापर्यंत यायला मदत करेल. हे तंत्र अवलंबल्यानंतर पुष्कळ वेळा प्राणी हे ओळखीच्या ठिकाणाजवळच सापडतात आणि ते आपली वाट पहात असतात.

हे तंत्र कम्युनिकेटर किंवा पालक किंवा दोघेही एकत्रितरित्या अंमलात आणू शकतात. या तंत्रासाठी फार खोलवरचं हृदयस्थ कनेक्शन असण्याची गरज नाही.

सौ. डेव्हिस आपल्या मोठ्या वयाच्या अंध कुत्री लोलासोबत त्यांच्या घराच्या अंदाजे वीस मैल दूर सहलीला गेल्या होत्या. परंतू दुर्दैवानं तिथं त्या दोघींची ताटातूट झाली. सौ. डेव्हिसनी मदतीसाठी माझ्याशी संपर्क साधला. मी अन्य काही कम्युनिकेटर्ससोबत लोलाशी संवाद साधला.

आमच्या लक्षात आलं की अंध असूनही लोला सध्या ती जिथं होती जागेचं वर्णन करू शकत होती. तिनं सांगितलं की तिला नक्कीच घरी परत यायचं होतं आणि त्यासाठी तिला आमच्या मदतीची गरज होती.

मी हे तिच्या पालकाला सौ. डेव्हिसना सांगितलं आणि आम्ही 'बीकन ऑफ लाईट' तंत्र वापरायचं ठरवलं. आम्ही तिला तिच्या ओळखीचं

एखादं ठिकाण निवडायला सांगितलं. तिनं सहलीच्या ठिकाणी जिथं सौ. डेव्हिसनी त्यांची गाडी पार्क केली होती ते ठिकाण निवडलं.

आम्ही लोलाला त्या पार्किंगच्या ठिकाणाहून एक प्रखर प्रकाशकिरण बाहेर पडून तिच्याकडं पोहोचत असल्याची कल्पना करायला सांगितलं. नंतर आम्ही तिला सांगितलं की त्या प्रकाशाच्या दिशेनं चालत ये. तिच्यासाठी आम्ही तो प्रकाश अधुनमधून प्रखर करायला सुरूवात केली.

अंध असूनही तीन दिवसांनी लोला बरोबर त्या गाडी पार्क केलेल्या ठिकाणी आली. सौ. डेव्हिसना तिला पुन्हा भेटून अतिशय आनंद झाला. लोलाच्या गोष्टीवरून लक्षात येतं की टेलिपॅथिक संवादासाठी शारीरिक मर्यादा आड येत नाहीत.

आपण जेव्हा हरवलेल्या प्राण्यांना घरी परत आणण्यासाठी या तंत्राचा वापर करतो तेव्हा त्या ठरवलेल्या ठिकाणाकडं आपण लक्ष ठेवून राहिलं पाहिजे. गोल्डन कॉर्ड तंत्राप्रमाणं हे तंत्र देखिल प्राणी अपेक्षित ठिकाणी पोहोचेपर्यंत हे दिवसातून एक ते दोन वेळा वापरलं पाहिजे.

थोडक्यात सांगायचं झालं तर आपण 'प्राणी आणि पालकांमधला दुवा' आहोत. आपण प्राण्यांकडून येणारे संदेश स्वीकारून ते त्यांच्या पालकांपर्यंत पोहोचवतो आणि पालकांचे संदेश त्यांच्या प्राण्यांपर्यंत पोहोचवतो.

जेव्हा कधी मला माझ्या चौकटीबाहेर जाऊन मदत करायची इच्छा होते तेव्हा मी स्वत:ला सतत बजावत असते की कम्युनिकेटर म्हणून आपण एखाद्या पोकळ हाडाप्रमाणं काम करायचं आहे. लक्षात घ्या, प्राणी त्यांच्या इच्छेप्रमाणंच वागतात, आपण त्यांच्याशी बोलून त्यांना समजावू शकतो, पण अखेरीस त्यांना जे हवं आहे, ते तेच करतात.

प्राण्यांचा विशिष्ठ असा आत्मिक उद्देश आणि करार ठरलेला असतो. आणि म्हणूनच ते कदाचित एका पालकाकडून दुसऱ्या पालकाकडे जाऊ शकतात किंवा आताच्या आयुष्याचा त्याग करून दुसऱ्या आयुष्यात जाऊ शकतात. ते घरातील विस्कळीत झालेली ऊर्जा आपल्यावर घेऊ शकतात किंवा घरातील ऊर्जेचा समतोल साधण्यासाठी घरातून निघून जाऊ शकतात.

कारण काहीही असलं तरी आपलं काम हे पालकांना माहिती देऊन बाजूला व्हायचं आहे.

विभाग ५

ॲनिमल कम्युनिकेशनमधील बारकावे

प्रकरण २२

सुरूवात करण्यासाठी काही टिप्स

टेलिपॅथिक ॲनिमल कम्युनिकेशनच्या या टप्प्यापर्यंत पोहोचल्याबद्दल तुमचे अभिनंदन! आपण ॲनिमल कम्युनिकेशमधील सर्व महत्वाचे मुद्दे आत्तापर्यंत अभ्यासले आहेत ज्यांच्या सहाय्यानं तुम्हाला तुमचा प्रवास सुरू करता येईल.

आता आपण केवळ प्राण्यांशी साधण्यासाठी सक्षम झालो आहोत असं नाही तर ॲनिमल कम्युनिकेशनमधील बारकावे जाणून आपल्या गरजेप्रमाणं ते वापरण्यासाठी देखिल सिद्ध झालो आहोत. यामध्ये अधिक तज्ञ होण्यासाठी अर्थातच आपल्याला थोड्याशा सरावाची, प्रचंड मेहनतीची आणि अतिशय संयमाची गरज आहे.

या प्रकरणामध्ये आपण ॲनिमल कम्युनिकेशन संदर्भातील शेवटच्या काही महत्वपूर्ण पण छोट्या छोट्या गोष्टी शिकणार आहोत ज्या बऱ्याचवेळा दुर्लक्षित राहतात. आत्तापर्यंत आपण ॲनिमल कम्युनिकेशन संदर्भातील काही मुलभूत नियम शिकलो आहोत. आता आपण यातल्या बारकाव्यांबद्दल अधिक जाणून घेणार आहोत जे अत्यंत महत्वाचे असतात पण प्रॅक्टीस दरम्यान सहजगत्या विसरले जाऊ शकतात.

यामध्ये नवागतांना सामना कराव्या लागणाऱ्या अडथळ्यांचा, आव्हानांचा आणि या पुस्तकात शिकवलेली ॲनिमल कम्युनिकेशनची तंत्रं प्रत्यक्ष अंमलात आणण्याचा समावेश आहे.

▪ सराव, सराव आणि केवळ सराव:

मला जेव्हा ॲनिमल कम्युनिकेशनबद्दल काहीही माहिती नव्हती तेव्हाचे माझे स्वतःच्या प्राण्यांसोबत केलेले सुरूवातीचे संवाद हे अतिशय वरवरचे आणि बाष्कळ असायचे. टेलिपॅथिक ॲनिमल कम्युनिकेशन प्राण्यांसोबत संवाद साधताना किती खोलवर जाऊ शकतं याची आपण कल्पनाही करू शकत नाही.

आपण जर कोणत्या सुयोग्य मार्गानं जायचं हे आपल्या लक्षात आलं नाही तर आपण टेलिपॅथिक संवादामध्ये किती खोलवर जाऊ शकतो आणि त्याचे काय परिणाम होतात याच्याबद्दल अनभिज्ञ राहू शकतो.

आता तुम्ही स्वतः ॲनिमल कम्युनिकेशन करण्यासाठी सुरूवात करत आहात तर मी तुम्हाला कळकळीनं सांगू इच्छिते की तुम्ही हलक्याफुलक्या संवादांनी सुरूवात करा. दररोज स्वतःच्या किंवा तुमच्या परिसरातील प्राण्यांसोबत सराव करा. त्यांना त्यांच्या व्यक्तिमत्वाबद्दल, तब्येतीबद्दल विचारा, त्यांच्या दैनंदिन आयुष्याची माहिती करून घ्या.

कोणत्याही प्राण्यासोबतच्या सुरूवातीच्या संवादामध्ये काहीतरी मोठी माहिती हाती लागेल किंवा लगेचच ते मनातलं सगळं बोलतील अशी अपेक्षा करू नका. कुठल्याही अपेक्षेशिवाय त्यांच्याशी नियमितपणे आणि प्रेमानं संवाद साधा.

आपल्याच प्राण्यांसोबत संवाद साधत असताना आपण कुठेतरी चुकल्यामुळं किंवा काही चुकीचा संदेश घेतल्यामुळं आपल्याला कोणी जज करेल का याची काळजी करायचं कारण नाही. सुरूवातीला योग्य माहिती मिळेल अशी अपेक्षा न करता सराव करताना आपले स्वतःचे संदेश प्राण्यांपर्यंत पोहोचवत रहा.

आपण केवळ प्राणीच नव्हे तर झाडं आणि संपूर्ण निसर्गाशी संवाद साधू शकतो. तुमच्या आजुबाजूची झाडं, झुडुपं, पर्वत आणि समुद्रकिनारे आणि रमणीय भुप्रदेश यांच्याशी संवाद साधून तुमची कौशल्यं विकसित करा.

जसं आपण आपल्या कुटुंबाशी आणि मित्रांशी बोलतो त्याच प्रमाणं प्राण्यांशी देखिल अगदी सहजरित्या आणि कोणताही हेतू मनात न ठेवता संवाद साधला पाहिजे. त्यांना त्यांच्या दैनंदिन आयुष्याबद्दल विचारा, आज काय खाल्लं, आज

दिवसभरात काय काय केलं, आज तुला कसं वाटतंय असे हलकेफुलके प्रश्न विचारत रहा.

प्राण्यांशी केवळ संवाद साधणं सोपं आहे परंतू सुयोग्य आणि नेमके प्रश्न विचारून त्यांच्या मनातलं जाणून घेण्याच्या कलेमध्ये पारंगत होण्यासाठी सराव करणं आवश्यक आहे. दरवेळी निरनिराळे प्रश्न विचारत रहा. प्रत्येक प्राण्याशी संवाद साधताना निरनिराळ्या प्रकारे आणि वेगवेगळी शब्दरचना करून प्रश्न विचारत रहा आणि त्या प्राण्याला नेमका कशा प्रकारे संवाद साधलेला आवडतो हे जाणून घ्या.

आपल्याला दरवेळी प्राण्याशी संवाद साधताना काहीतरी कारण असण्याची आवश्यकता नाही. त्यांच्याशी शाब्दिक किंवा टेलिपॅथिक संवाद साधत रहा. यामुळं ॲनिमल कम्युनिकेशनबद्दलचं आपलं ज्ञान वाढतं आणि प्राण्यासोबतची आपली जवळीकही वाढते.

मी अतिशय बाळबोधपणे ॲनिमल कम्युनिकेशनला सुरूवात केली. कळतनकळत मी फक्त माझ्या गरजे नुसार माझ्या प्राण्यांशी संवाद साधायचे. जेव्हा त्यांची तब्येत खराब असायची किंवा ते विचित्र वागायचे तेव्हाच केवळ माझं त्यांच्यासोबत संवाद साधण्याकडे लक्ष जायचं आणि मी त्यांच्याशी संवाद साधायचे, अन्यथा नाही.

माझ्या ॲनिमल कम्युनिकेशनच्या सरावादरम्यान फार उशीरा माझ्या लक्षात आलं की केवळ गरज असतानाच असं नाही तर मी नियमितपणे प्राण्यांशी संवाद साधला पाहिजे.

यामुळं दोन फायदे होतात. एक म्हणजे आपल्या प्राण्यांना अशी जाणीव होते की आपल्याला खरोखरीच त्यांची काळजी आहे आणि केवळ गरज असतानाच आपण त्यांच्याशी संवाद साधत नाही. आणि दुसरं म्हणजे आपण सतत सराव करत राहिल्यामुळं आपल्याला जेव्हा खरंच गरज असेल तेव्हा आपल्याला कुठलेही ब्लॉक्स किंवा अडथळे येत नाहीत.

- **हव्या त्या उत्तराची 'वाट' बघत न बसता येणाऱ्या येणाऱ्या उत्तराचा स्वीकार करा:**

आपण जितकी अधिक वाट पाहू तितकंच आपलं तर्कशुद्ध मन अधिक प्रबळ बनून टेलिपॅथीद्वारा आलेल्या संदेशांकडं दुर्लक्ष करू लागेल. रॅपिड फायर खेळामध्ये ज्या प्रमाणं आपण मनात येणारा पहिला विचार उत्तर म्हणून देतो त्याच प्रमाणं टेलिपॅथिक संवादाकडं देखिल बघा. या संवादा दरम्यान आपण विचारलेल्या प्रश्नाचं उत्तर चटकन शब्दरूपात आणायला हवं.

इथं काही आपण 'युरेका' क्षणाची (काही महान मुलभूत सत्य अचानक सापडण्याची) वाट पहात बसायची नाही कारण या संवादा दरम्यान असं काहीच घडत नाही. बऱ्याचवेळा आपल्याला असं वाटू शकतं की आपण काही तर्क लढवतोय किंवा हा आपला कल्पनाविलास आहे, पण असं न समजता टेलिपॅथिक संवादामध्ये मनात उमटणाऱ्या पहिल्या उत्तराचा स्वीकार करा आणि संवादाचा प्रवाह नैसर्गिक आणि सुलभ ठेवा.

- **उत्तर मिळणारच आहे याची खात्री बाळगा:**

टेलिपॅथिक संवादादरम्यान आपल्याला असं कधीकधी वाटू शकतं की आपण एखाद्या ठिकाणी अडकून राहिलो आहोत आणि यातून पुढं जायचा कोणताही मार्ग नाही. जेव्हा असे क्षण येतात तेव्हा पुन्हा पहिल्या पासून सुरूवात करा. लक्षात ठेवा उद्देशापाठोपाठ ऊर्जा येते. जेव्हा प्राण्याशी संवाद साधण्याचा हेतू सुनिश्चित आणि ठोस असतो तेव्हा संवाद घडणं अनिवार्य असतं.

असे अडथळे पुढील कारणांमुळं येऊ शकतात:

- प्राण्यामध्ये होणारी भावनिक गुंतवणूक
- 'आपण चुकीचे ठरू' ही भिती
- अवास्तव अपेक्षा बाळगणं
- आपल्याला जे समजलं आहे त्याबाबत शंका बाळगणं

या अडथळ्यांवर मात करण्यासाठी आपल्याला उत्तर मिळणारच आहे याची खात्री बाळगा. सरावाच्या सुरूवातीच्या काळात कोणतीही पद्धत वापरा

ज्यामुळं माहिती मिळत राहील. मी स्वत: जेव्हा संभाषणाच्या एखाद्या टप्प्यावर अडकते तेव्हा मी पुढील गोष्टी करते :

- प्राणी काय सांगू पहात आहे याचा तर्क लढवतणे
- प्राण्याला नेमकं काय सांगायचं असावं याची कल्पना करणे
- प्राण्याला काय सांगायचं आहे हे मनाशी योजून ठेवणे
- स्वत:ला प्राण्यांच्या जागी ठेवून ते काय उत्तर देतील याची कल्पना करणे
- प्रश्नाची पुनर्रचना करणे
- हो किंवा नाही मध्ये उत्तरं मिळतील असे प्रश्न विचारणे. हो किंवा नाही ही सुद्धा उत्तरेच आहेत. असे प्रश्न विचारल्यानं अचानक संवाद खुंटल्या सारखं वाटल्याची भावना निर्माण होत नाही
- स्वत:च स्वत:शी संवाद साधणे, यावेळी मीच प्रश्न विचारते आणि मीच उत्तरं देते

लक्षात ठेवा ॲनिमल कम्युनिकेशनमध्ये चूक किंवा बरोबर तंत्र असं काहीच नसतं. आपण विविध मार्ग चोखाळू शकतो आणि त्यामधून आपल्यासाठी काय योग्य आहे हे ठरवू शकतो. वरील मार्गांच्या मदतीनं एखादी व्यक्ती आपल्या ॲनिमल कम्युनिकेशनच्या प्रवासाला सुरूवात करू शकते आणि प्रश्नांची उत्तरं मिळवू शकते.

तुमच्या मार्गात येणारे अडथळे दूर करण्यासाठी, सुस्पष्ट माहिती मिळवण्यासाठी आणि संवादासाठी एक सुलभ माध्यम निर्माण करण्यासाठी तुम्ही तुमची स्वत:ची अशी तंत्रं, कौशल्यं विकसित करा.

- **संवाद साधत असताना आपल्या भाषेकडे विशेष लक्ष द्या:**

बऱ्याचवेळा नवागत कम्युनिकेटर्सशी बोलताना मला जाणवतं की ते त्यांना मिळालेले संदेश व्यक्त करताना पुढीलप्रमाणं बोलतात – "मला नक्की माहिती नाही पण मला असं वाटतं", "हा माझा तर्क आहे ", "मला याचं उत्तर अगोदरच माहिती होतं", "मला नक्की माहिती नाही की हे उत्तर खरंच प्राण्याकडून आलं आहे की हे माझं स्वत:चं मत आहे"..... इत्यादी. आपण जर प्राण्यांवर अविश्वास दाखवला तर त्यामुळं त्यांचाही आपल्यावरचा विश्वास उडतो.

आपल्याला काहीही वाटलं तरी ॲनिमल कम्युनिकेशननंतर आपण जे काही सांगू ते प्राण्याकडून मिळालेलं उत्तर आहे हे ठामपणे सांगायला हवं. यामुळं आपण प्राण्यांवर विश्वास ठेवतो हे प्राण्यांना समजतं आणि ते अधिकाधिक माहिती द्यायला तयार होतात.

अगदी सुरुवातीला मनामध्ये संवादाची कल्पना करा किंवा उत्तरांबाबत तर्क लढवा. तुम्हाला मिळालेलं उत्तर ठामपणे सांगा.

माणसांप्रमाणंच प्राण्यांवरही आपण विश्वास दाखवावा अशी त्यांची अपेक्षा असते. त्यामुळं तुमच्या नात्याचा बंध अधिक दृढ होईल. आपल्या बोलण्या वागण्यातून कोणत्याही प्रकारचा संशय किंवा अविश्वास दिसणार नाही याची ॲनिमल कम्युनिकेटर म्हणून आपण खबरदारी घ्यायला हवी.

जर काही मतांमधील तफावतीचा प्रसंग आला तर आपलं काहीतरी चुकलं आहे असं गृहीत न धरता पुन्हा एकदा प्राण्याशी संवाद साधा आणि नम्रपणे प्राण्यांना त्यांचं बोलणं अधिक स्पष्टपणे मांडायला सांगा.

- **मतांमधील तफावतीच्या प्रसंगी स्पष्टपणे त्यांचा मुद्दा मांडायला सांगाः**

ॲनिमल कम्युनिकेशन करताना अनेकवेळा असे प्रसंग येतात की आपण दिलेले प्राण्यांचे संदेश आणि पालकांचं त्याबद्दल असणारं मत यामध्ये तफावत असू शकते. लक्षात घ्या, यामध्ये आपली काही चूक असेलंच असं नाही आपण केवळ संदेशवाहक आहोत. अशा तफावतींच्या प्रसंगी घाईघाईत कोणताही निष्कर्ष न काढता प्राण्याशी पुन्हा एकदा संवाद साधून त्याचं मत स्पष्टपणे जाणून घ्या.

आपलं काही चुकलं आहे असं आपण गृहीत धरता कामा नये. प्राण्याशी संवाद साधून पालक आणि प्राणी या दोघांच्या मतांमध्ये तफावत असण्याचं कारण जाणून घ्या. संवादामध्ये सुस्पष्टता आणा आणि तुम्ही या अनुभवामधून शिका.

अशीच एक केस मला आठवते. मी आर्या नावाच्या रस्त्यावरच्या कुत्रीशी संवाद साधत असताना तिच्यामध्ये आणि तिचा सांभाळ करणाऱ्यांच्या दृष्टीकोनामध्ये मला पुष्कळच तफावत आढळली. ती दिवाळीच्या दरम्यान हरवली होती. दिवाळीच्या वेळी प्राणी हरवलेल्याच्या केसेस आढळणं ही बऱ्यापैकी सामान्य बाब आहे कारण प्राण्यांना अशा गोंधळ, गोंगाटाच्या प्रसंगाशी जमवून घेणं अवघड जातं.

जेव्हा आर्याच्या पालकांनी मला तिच्याशी संवाद साधण्याची विनंती केली तेव्हा मी तिच्याशी कनेक्ट झाले. आर्या ही एक मनमोकळी आणि खेळकर कुत्री होती आणि ती संवाद साधायला तयार होती.

जेव्हा मी तिला विचारलं की ती तिच्या परिसरातून कुठे गेली होती तेव्हा तिनं सांगितलं की ती हरवली नसून ती स्वतःहून जगाचा अनुभव घेण्यासाठी गेली आहे. तिनं सांगितलं की ती सुरक्षित आहे आणि दोन... तीन दिवसात तिच्या नेहेमीच्या जागी परतेल.

दोन दिवसांनी आर्या रहात होती त्याच्या अगदी जवळच्या खोलीत तिचं अपहरण करून तिला बांधून ठेवलेल्या स्थितित आढळली. या केसमध्ये प्राण्यानं सांगितलेल्या गोष्टीमध्ये आणि वास्तवामध्ये स्पष्ट फरक होता. या तफावतीमुळं अर्थातच तिचा सांभाळ करणारे थोडेसे गोंधळले होते.

या विषयामध्ये अधिक स्पष्टता आणण्यासाठी मी पुन्हा एकदा आर्याशी बोलले. आर्यानं सांगितलं की दिवाळी मधील प्रचंड आवाज, ध्वनीप्रदुषण आणि गोंधळाला वैतागून ती थोड्या काळासाठी ती तिच्या नेहमीच्या परिसरापासून दूर निघून गेली होती परंतू दुसऱ्या एका व्यक्तिनी तिला पकडून बांधून ठेवलं. आर्याला हेदे खिल माहिती होतं की तिचं अपहरण करण्यात आलं आहे पण तिला विश्वास होता की तिचे पालक तिला शोधून काढतील.

तिला माहिती होतं की तिची लवकरच सुटका होईल आणि ती घरी परत जाईल. वरवर पाहता आर्याचे शब्द आणि वास्तव यामध्ये तफावत होती. परंतू खोलवर गेल्यावर आम्हाला हे लक्षात आलं की तसं काही

नव्हतं. मला सांगितल्याप्रमाणं आर्याला माहिती होतं की ती सुखरूप आहे आणि लवकरच घरी परतू शकेल.

दुर्दैवानं आर्याचा सांभाळ करणाऱ्यांना हे काही पटलं नाही. तिला खात्री वाटत होती की आर्याचं बोलणं आणि वास्तव यामध्ये तफावत होती आणि त्यामुळं तिनं ॲनिमल कम्युनिकेशच्या विश्वासार्हतेबद्दलच शंका घेतली.

जेव्हा असा काही प्रसंग येतो तेव्हा आपण कसं वागायला हवं याचं ही केस म्हणजे एक मूर्तीमंत उदाहरण आहे. आपल्या मर्यादित राहून अशा केसेस कशा हाताळायच्या याबद्दल आपण पुढं चर्चा करू. ॲनिमल कम्युनिकेटर म्हणून आपलं काम इतकंच आहे की एखाद्या पोकळ हाडाप्रमाणं आपण केवळ संदेशाचं आदानप्रदान करायचं, मतांमध्ये तफावत असेल तर प्राण्याकडून अधिक माहिती, स्पष्टता मिळवायची आणि तटस्थ रहायचं.

ॲनिमल कम्युनिकेशनच्या एका वर्कशॉपमध्ये आम्ही लक्षाचा कुत्रा डेक्स्टर याच्याशी बोललो. लक्षा आणि आत्मन यांनी नुकतीच टेलिपॅथिक कम्युनिकेशन शिकायला सुरूवात केली होती आणि या वर्कशॉपच्या माध्यमातून ते त्यांच्या कौशल्याला उजाळा देत होते.

या वर्कशॉपमध्ये मी आत्मनला डेक्स्टरशी संवाद साधायला सांगितले. दोघंही एकमेकांसाठी अनोळखी असल्यामुळं नविन प्राण्याशी संवाद साधणं हा त्याच्यासाठी एक नविनच अनुभव झाला असता. आत्मननं सुरूवातीच्या संवादामध्ये काही हलक्याफुलक्या प्रश्नांनी सुरूवात केली जसं की त्याचं व्यक्तिमत्व, दैनंदिनी, तो दररोज काय काय करतो. डेक्स्टरनी दिलेली सर्व उत्तरं खरी असल्याचा लक्षानं निर्वाळा दिला.

तो मुलांबाबत खूपच प्रेमळ आणि कनवाळू आहे ही डेक्स्टरनं सांगितलेली त्याच्या बद्दलची माहिती मात्र लक्षानं अमान्य केली. लक्षाच्या मते डेक्स्टरला मुलांच्या सहवासात रहायला आवडत नाही. मुलं आजुबाजूला असली की तो अलिप्त रहायला बघतो.

लक्षा आणि आत्मन दोघांनाही आपापलं मत बरोबर वाटत होतं आणि ते आपापल्या मतावर ठाम होते. अशा परिस्थितीमध्ये प्राण्याकडूनच अधिक स्पष्टता घेतलेली बरी.

डेकस्टरनं सांगितलं की वरवर पाहता त्या दोघांच्या बोलण्यामध्ये तफावत दिसत असली तरी दोघांचंही म्हणणं खरं आहे. डेकस्टरला लहान मुलांच्या सहवासात काहीसं अस्वस्थ वाटायचं आणि त्यामुळं तो शक्यतो एकटं राहण्याचा प्रयत्न करायचा. परंतू हे देखिल सत्य होतं की त्यानं कधीही कोणत्याही लहान मुलाला त्रास दिला नव्हता.

मुलांनी अनेकवेळा डेकस्टरला चिडवायचा, त्रास द्यायचा प्रयत्न केला होता पण तो त्यांच्यासोबत नेहमीच कनवाळुपणे वागला होता. त्यांनी त्याला कितिही त्रास दिला असला तरी डेकस्टरनं मात्र मुलांना कधीच इजा पोहोचवली नाही. वेगळ्या शब्दात सांगायचं झालं तर लक्षा आणि आत्मन दोघंही आपापल्या जागी बरोबर होते आणि त्यांना डेकस्टरबाबत मिळालेली माहितीही खरी होती.

हा अजून एक प्रसंग आहे ज्यामध्ये वरवर दिसणाऱ्या तफावतीमागील स्पष्टीकरणासाठी प्राण्यानं पुढाकार घेतला.

वरवर पाहता हे अगदी साधंसोपं वाटू शकेल परंतू निर्मळ मनानं सराव केल्याशिवाय हे साध्य होऊ शकत नाही. आपल्या मनामध्ये जे आहे तेच प्राण्याकडूनही ऐकायला मिळेल अशी अपेक्षा करू नका. आपल्या मर्यादीत समजुतीनुसार प्राण्याकडून मिळणारे संदेश कोणताही अर्थ न लावता जसेच्या तसेच पालकांपर्यंत पोहोचवणं हे आपलं काम आहे.

ॲनिमल कम्युनिकेटर म्हणून आपण प्राण्यांकडून घेतलेले संदेश आणि पालकांचा दृष्टिकोन यामध्ये तफावत आढळल्यास तुम्हाला पालकांकडून नकारात्मक अभिप्राय मिळण्याची देखिल शक्यता असते. अशावेळी नेहमीच प्राण्याशी अधिक स्पष्टीकरणासाठी संवाद साधावा.

परिस्थिती कोणतीही असली तरी आपण शंभर टक्के प्रयत्न करायला हवेत. क्लायंटच्या नकारात्मक अभिप्रायावर आपण आपल्या कम्युनिकेशनची विश्वासार्हता ठरवता कामा नये.

वारंवार स्पष्टीकरण घेतल्यानंतरही जर प्राणी आणि पालकांच्या मतांमध्ये तफावत येत असेल तर मात्र प्राण्यानी दिलेले संदेश स्वीकारा, त्यांचे आभार माना, संवाद थांबवा आणि पुढे चला.

अधिक खोलात गेल्यावर तुमच्या लक्षात येईल की तशी काही तफावत नसतेच. काही वेळा आपण स्वतःच आपले विचार आणि समजुती त्या संभाषणाशी जोडू पहात असतो. जर आपल्याला असं जाणवलं तर आपण प्राण्याशी पुन्हा संवाद साधून आपल्याला समजलेला संदेश आणि मूळ माहिती एकच आहे ना हे स्पष्ट करून घ्यावं म्हणजे मग खरं उत्तर आपल्या लक्षात येईल.

- **केवळ गोष्टी प्रमाणित (व्हॅलिडेशन) करण्यावरच लक्ष केंद्रित करू नका:**

टेलिपॅथिक संवाद हे खरंतर आपलं अंगभूत कौशल्य आहे पण या भाषेचा पुन्हा नव्यानं अभ्यास करणं आवश्यक आहे. ही नवीन भाषा शिकताना सराव करण्यासाठी स्वतःला थोडा वेळ द्या. या सुरूवातीच्या शिकण्याच्या काळामधली गंमत अशी की या काळात व्हॅलीडेशनची म्हणजेच प्राण्याचा संदेश आणि त्याबाबतचा पालकांचा दृष्टिकोन यामध्ये ताळमेळ आहे की नाही हे पाहण्याची खरंतर गरज नसते. मी जेव्हा ॲनिमल कम्युनिकेशनला सुरूवात केली तेव्हा माझ्या सुरूवातीच्या काळात मी प्राण्यानं दिलेला संदेश आणि पालकाचा दृष्टिकोन नेहमीच एकमेकांशी ताडून बघायचे.

हे मी माझा स्वतःवर विश्वास नाही म्हणून करायचे असं नव्हे तर यामुळं पुढं जाण्यासाठी मला आत्मविश्वास मिळायचा. पण एक प्रॅक्टिसिंग प्रोफेशनल म्हणून मी तुम्हाला सांगू इच्छिते की व्हॅलिडेशनला प्रत्यक्ष संवादाइतकं महत्व देणं योग्य नाही आणि व्हॅलिडेशन हा आपल्या संभाषणाचा मुख्य हेतू असता कामा नये.

मी नक्कीच समजू शकते की व्हॅलिडेशनमुळं एक निराळाच आत्मविश्वास येतो पण हा संवादाचा मूळ उद्देश नाही. प्राण्यानं आपल्याला दिलेल्या संदेशाची विश्वासार्हता तपासून पाहू नये. आपल्याला काही तफावत आढळली तर

आपण प्राण्याकडून त्याची स्पष्टता मिळवावी. परंतू आपल्या संभाषणादरम्यान मिळणाऱ्या संदेशांची पालकांकडून वारंवार खातरजमा करून घेणं योग्य नाही.

आपल्या मनावर विनाकारण दबाव आणि स्वत:ला सिद्ध करण्याचा ताण घेऊ नये. अनावश्यक तणाव आणि स्वत:कडून अवास्तव अपेक्षा यामुळं यशस्वी संभाषणाची शक्यता धुसर होईल.

क्लायंटकडून वारंवार खातरजमा करून घेतल्यामुळं संभाषणामधून मिळणारा आनंद आणि प्राण्यांसोबतचे बंध यांच्यावर नकारात्मक परिणाम होऊ शकतो.

- **'अपयश' ही यशाची पहिली पायरी असते:**

कम्युनिकेटर्स म्हणून आम्हाला असं वाटतं की कोणतंही कम्युनिकेशन हे चुकीचं किंवा अपयशी नसतं. किंबहुना स्पष्ट संवादांसाठी स्वत:वर किंवा आपल्या उद्देशावर शंका घेणं टाळायला हवं आणि प्राण्यांकडून ज्ञान मिळवायला हवं.

घर सोडलेल्या प्राण्यांच्या बऱ्याचशा केसेसमध्ये प्राण्यांनी आणि पालकांनी सांगितलेल्या माहितीमध्ये पुष्कळ तफावत असते. अशाच एका केसमध्ये एक माणूस माझ्याकडं आला, त्याची मायरा नावाची मांजर हरवली होती.

मायराशी साधलेल्या पहिल्या संवादा दरम्यान तिनं सांगितलं की ती घराच्या आसपासच होती आणि लवकरच घरी परत येईल. यानंतर मी दोन दिवसांनी तिच्याशी परत संवाद साधला. तेव्हा तिनं सांगितलं की तिच्या पालकांसोबतचा आत्मिक उद्देश पूर्ण झाला आहे आणि तिची आता घरी लवकर परत यायची इच्छा नाही.

मी ही सर्व माहिती माझ्या क्लायंटला ईमेलद्वारे पाठवली आणि सांगितलं की आता मायरा घरी परतणार नाही. याच्या उत्तरादाखल तिच्या पालकानं अतिशय अश्लाघ्य आणि उद्धट शब्दात मला ईमेल लिहिली. त्या अतिशय मानहानीकारक ईमेलमध्ये त्यानी मला फसवी आणि धोकेबाज असं संबोधलं होतं.

याची पार्श्वभुमी अशी आहे की दुसऱ्या संभाषणादरम्यान तिनं मला घरी परतायची इच्छा नाही असं सांगितलं. पण हे कळवण्यासाठीची माझी ईमेल तिच्या पालकाना पोहोचण्याच्या अगोदरच मायरा घरी परतली होती.

अशाप्रकारे या केसमध्ये मी पोहोचवलेला संदेश आणि वास्तव यामध्ये जमिन अस्मानाचा फरक होता ज्यामुळं मला अपमान आणि मानहानी सहन करावी लागली. मी दोन सेशन्स घेऊन देखिल अजुनपर्यंत त्याच्याकडून माझी फी घेतली नव्हती.

आणि या अशा अवमानकारक प्रतिक्रियेनंतर मी फी घेतली नाही पण क्लायंटला सुयोग्य भाषा वापरण्याचा सल्ला दिला.

यानंतर लगेचच मी मायराशी संवाद साधला आणि तिला नम्रपणे याबद्दल विचारलं. ती देखिल याबद्दल सांगायला उत्सुक होती.

मायरानं सांगितलं की जरी तिचा आत्मिक उद्देश पूर्ण झाल्या सारखं वाटत असलं तरी तिला अजून काही काळ तिच्या पालकासोबत रहायचं होतं. तिचा आत्मिक उद्देश पूर्ण झाला असला तरी पालका कडून आत्मिक कराराची पूर्तता व्हायची होती.

मायरा माझ्यासोबत अतिशय संयमानं आणि दयाळुपणे वागत होती. तिनं सांगितलं की मी बोलण्याचा चुकीचा अर्थ लावला. मायराचं म्हणणं होतं की ती अजून घरी परतायचं की नाही हे ठरवत आहे पण माझ्याकडून त्याचा चुकीचा अर्थ लावला गेला हे मायरानं मला नेमकेपणानं दाखवून दिलं. हा माझ्यासाठी माझे डोळे उघडणारा अनुभव होता.

मी कधीच घरी परत येणार नाही असं मायरानं कधिही सांगितलं नव्हतं. तिच्या बोलण्याचा चुकीचा अर्थ लावल्यामुळं मी हा प्रसंग माझ्यावर ओढवून घेतला. मला माझी चूक समजली आणि मी मायराचे आभार मानले. मी एक आयुष्यभर लक्षात राहील असा धडा शिकले होते.

अशाप्रकारच्या कम्युनिकेशनमधून आपल्याला प्राण्यांकडून खूप काही शिकायला मिळतं आणि आपला दृष्टिकोन व्यापक होतो. त्यामुळं पालक कोणत्या

संदेशाला सहमती दर्शवतात यापेक्षा प्राण्याला आपल्याला काय सांगायचं आहे यावर लक्ष केंद्रीत करावं. म्हणूनच 'अपयश' ही यशाची पहिली पायरी असते.

- **पोकळ हाडाप्रमाणं तटस्थ रहा:**

ॲनिमल कम्युनिकेशनच्या प्रॅक्टीसमधली ही एक अत्यंत महत्वाची बाब आहे. प्राण्याशी बोलताना नेहमीच तुमचा दृष्टिकोन स्पष्ट, तटस्थ आणि कोणतीही सरमिसळ न करता शुद्ध ठेवा.

तुमचं मन शांत ठेवा आणि मनामध्ये घोंगावणारे विचार बाजूला ठेवा. त्यांचे संदेश आपल्यापर्यंत येऊ द्या आणि संदेश स्वीकारताना आपले विचार त्यामध्ये मिसळले जाणार नाहीत याची काळजी घ्या.

एका प्रेमळ कुटुंबात राहणारी ताशा नावाची मांजर अचानक आजारी पडली. तिला होणाऱ्या वेदनांमुळं ती खाऊ शकत नव्हती, झोपू शकत नव्हती आणि इकडंतिकडं फिरू शकत नव्हती आणि दिवसभर एकाच ठिकाणी पडून रहायची.

जेव्हा मी तिच्या कुटुंबियांच्या विनंतीवरून ताशाशी बोलले तेव्हा तिनं सांगितलं की तिला बरं व्हायला थोडा वेळ लागेल परंतू तिची तब्येत सुधारेल.

तिचे कुटुंबिय तिच्यावर वैद्यकीय उपचार करतच राहिले आणि जेव्हा काहीच उपयोग होईना तेव्हा डॉक्टरांच्या सुचने नुसार त्यांनी तिला वेदनांपासून मुक्ती देण्यासाठी इच्छामरणाचा पर्याय स्वीकारायचं ठरवलं. पण ताशानं त्यांना अजून थोडा वेळ द्यायला सांगितला.

जेव्हा काही दिवसांनी तिच्या कुटुंबियांनी पुन्हा इच्छामरणाचा मार्ग स्वीकारायचा निर्णय घेतला तेव्हा तिनं मनाविरुद्ध त्याला होकार दिला. पण तिनं एकच इच्छा व्यक्त केली की तिला इच्छामरण देताना सगळ्या कुटुंबियांनी तिच्या आजुबाजूला असावं.

जेव्हा ती वेळ जवळ आली तेव्हा अचानक त्या कुटुंबातील स्त्रीला अशी आंतरिक ऊर्मी आली की ताशाला आपण खोलीच्या बाहेर घेऊन

जावं. खरंतर ताशाच तिला टेलिपॅथीच्या माध्यमातून असं करायला सुचवत होती.

ताशाच्या पालकांनी तिला कवेत घेतलं आणि खोलीच्या बाहेर येऊन तिला मुक्तपणे जमिनीवर सोडलं. आणि काय आश्चर्य ! आत्तापर्यंत एका जागी खिळून राहिलेलं ते मांजर थोडंसं अडखळत का होईना आपल्या पायावर चालू लागलं.

हा चमत्कार पाहून तिच्या घरच्यांनी ताशाच्या इच्छामरणाचा विचार रद्द केला. यानंतर तिच्या कुटुंबियांनी तिला घरी नेऊन तिच्यावर उपचार सुरू करण्याचा निर्णय घेतला. लवकरच ताशा संपूर्णपणे बरी झाली आणि छान हिंडू फिरू लागली.

जेव्हा प्राण्यांना नेमकं काय हवं आहे हे आपल्या लक्षात येत नाही तेव्हा त्यांचे आपल्यापर्यंत संदेश पोहोचवण्याचे काही विशिष्ठ मार्ग असतात.

ताशाला नैसर्गिकरित्या बरं होण्यासाठी काही अवधी हवा होता परंतू जेव्हा तिच्या लक्षात आलं की कुटुंबियांना तिचं म्हणणं पटत नाहीये तेव्हा तिनं कुटुंबातील स्त्रीला टेलिपॅथिकली पटवून दिलं आणि त्यामुळं ती आपले प्राण वाचवू शकली.

जरी आपण प्राण्यांच्या ईच्छेविरुद्ध जात नसलो तरी ताशाच्या केससारख्या काही प्रसंगांमध्ये आपला निरूपाय होतो. तिला होणाऱ्या वेदना इतक्या तीव्र होत्या की ताशाच्या मनाविरुद्ध त्यांच्यावर तिला इच्छामरण देण्याची वेळ आली होती. जेव्हा असा काही अपवादात्मक प्रसंग येतो तेव्हा तो प्रसंग आपणहूनच प्राणी आणि त्यांच्या पालकांचा आत्मिक उद्देश आणि करार पूर्ण करण्यास त्यांना भाग पडतो.

- **नाही म्हणायला शिका:**

सामान्य माणसाला वाटू शकतं की आम्ही ॲनिमल कम्युनिकेटर्स त्यांना हवं त्या वेळी उपलब्ध होऊ शकतो. परंतू वास्तव मात्र संपूर्णपणे निराळं असतं.

व्यावसायिक ॲनिमल कम्युनिकेटर म्हणून पालकांना आमच्या सुविधा उपलब्ध करून देताना अनेक गोष्टींचा विचार करावा लागतो.

आमचं पालकांसोबत असणारं नातं, वेळेची उपलब्धी, आमचं मानसिक आरोग्य आणि ॲनिमल कम्युनिकेशनवर असणारा पालकाचा विश्वास या गोष्टी महत्वाच्या ठरतात.

जर आपल्या तत्वात बसत नसेल तर ॲनिमल कम्युनिकेटर म्हणून काही कामं नाकारण्याचा आपल्याला संपूर्ण अधिकार आहे. क्लायंटनी जर ॲनिमल कम्युनिकेशनवर विश्वास दाखवला नाही किंवा त्यांचा प्राण्याकडून मिळणाऱ्या संदेशावर विश्वास बसत नसेल, प्राण्याकडून मिळणाऱ्या संदेशामध्ये जर पालकाला वारंवार तफावत जाणवत असेल किंवा तुम्हाला संवाद साधताना स्वत:लाच अस्वस्थ वाटत असेल तर तुम्ही नक्कीच पुनर्विचार करायला हवा. जर ते आपल्यासाठी सुखावह होत नसेल तर आपण नम्रपणे नकार कळवायला हवा.

आपल्याला कोणतीही मदत हवी असेल तर प्राण्याशी संवाद साधावा. अनेक अडथळे असतानाही जर प्राण्यानं आपल्याशी संवाद साधावा म्हणून विनंती केली तर मात्र आपण ती मान्य केली पाहिजे.

जर पालकांशी आपलं जमत नाहीये असं आपल्याला वाटलं परंतू प्राण्याला आपली गरज आहे हे आपल्याला जाणवलं तर मात्र आपण प्राण्याशी संवाद साधायला हवा.

लक्षात घ्या आपली शारीरिक, भावनिक आणि मानसिक स्थिती चांगली असणं हे प्राण्यांसाठी देखिल अत्यंत महत्वाचं असतं. मी त्यांच्याकडून शिकलेला सर्वात मोठा धडा म्हणजे प्रभावीपणे नाही म्हणायला शिकणे.

- **टेलिपॅथिक संवाद हा शाब्दिक संवादासारखाच असतो:**

शाब्दिक संवादासाठी जे नियम लागू होतात तेच नियम टेलिपॅथिक संवादासाठी ही लागू होतात. दिवसभर खूप काम करून आपण दमलो आहोत किंवा आपल्याला अतिशय उदास वाटत आहे तेव्हा जसं आपल्याला अगदी आपल्या

मित्रांशी देखिल बोलावंसं वाटत नाही तसंच टेलिपॅथिक कम्युनिकेशनबाबत देखिल होऊ शकतं.

जर आपल्याला बरं वाटत नसेल, आपण गाडी चालवत असू किंवा वेळेची उपलब्धी नसेल, आपण अन्य काही कामात व्यस्त असू किंवा अन्य कोणत्याही गोष्टीमुळं जर आपण कम्युनिकेशनला न्याय देऊ शकणार नाही असं आपल्याला वाटलं तर आपण प्राण्यासोबत संवाद साधण्यासाठी नम्रपणे नकार द्यायला हवा.

लक्षात घ्या, टेलिपॅथिक संवाद हा शाब्दिक संवादाप्रमाणंच आहे. त्यामुळं जर काही आणिबाणी उद्भवल्यामुळं आपल्याला मध्येच संवाद तोडावा लागला तर ते आपण करायला हवं. यासाठी आपण प्राण्याची माफी मागून लवकरच पुन्हा संवाद साधण्याची हमी द्यावी. संवादादरम्यान अडथळा येऊ शकणार आहे असं तुम्हाला अगोदरपासूनच माहिती असेल तर संवादाला सुरूवात करू नका.

जरी हे काहीतरी अनैसर्गिक आहे असं आपल्याला वाटत असलं तरी टेलिपॅथिक कम्युनिकेशन हे सत्य आहे. हे केवळ संवाद साधणं असल्यामुळं त्यामध्ये फारशी ऊर्जा खर्च होत नाही. मी बऱ्याचशा कम्युनिकेटर्सकडून ऐकते की दिवसभर अनेक सेशन केल्यामुळं त्यांना विलक्षण थकवा येतो. मला त्यांच्या या मताबद्दल नक्कीच आदर वाटतो, परंतू माझं मत यापेक्षा खूपच निराळं आहे.

खात्री बाळगा की टेलिपॅथिक कम्युनिकेशनमुळं तुम्ही कधीच थकुन किंवा गळुन जात नाही. टेलिपॅथिक कम्युनिकेशन हे सायकिक मिडीयमशिपपेक्षा निराळं आहे ज्यामध्ये अधिक एकाग्रतेची आणि मानसिक शक्तीची गरज असते. कम्युनिकेटर म्हणून आपण प्राण्यांशी किंवा निसर्गाशी केवळ संवादच साधत असतो यापेक्षा निराळं काही करत नाही.

असं असूनही जसं सतत फोनवर बोलून, पाठोपाठ मिटींग्ज केल्यामुळं आपण थकुन जातो त्याच प्रमाणं टेलिपॅथिक कम्युनिकेशनमुळं देखिल थकवा येऊ शकतो. पण अर्थातच प्रत्येक व्यक्तिसाठी हे निरनिराळं असू शकतं.

काही लोक दिवसभर संवाद साधुनही फुलासारखे टवटवीत असतात तर काहींना एकाच सेशनमध्ये थकल्यासारखं वाटतं.

विविध प्राण्यांशी पाठोपाठ संवाद साधणं हे ज्याच्या त्याच्या व्यक्तिमत्वावर अवलंबून आहे, आणि त्याचा कम्युनिकेशनमुळं गळुन जाण्याशी काहीही संबंध नाही.

आपण आपल्या कुटुंबियांशी, मित्रमैत्रिणींशी अगदी सहजरित्या बसून, उभं राहून, झोपून गप्पा मारतो तसंच टेलिपॅथिक कम्युनिकेशनच्याबाबतही आहे. आपल्याला मेडीटेशन स्थितीमध्ये किंवा विशिष्ठ बैठकीमध्ये उर्ध्व लावुन बसण्याची गरज नाही.

याच प्रमाणं प्राण्यानंही विशिष्ठ शारीरिक स्थितीमध्ये बसलं किंवा उभं राहिलं पाहिजे असं नाही. प्राणी खात असताना, खेळत असताना, झोपलेले असताना किंवा इतर कोणत्याही कृतीमध्ये व्यस्त असताना ही आपण त्यांच्यासोबत पूर्णपणे संवाद साधू शकतो. जर प्राणी खरंच फारच व्यस्त किंवा अस्वस्थ असतील तर ते स्वतःच तसं सांगतील.

आपल्या प्रमाणंच प्राण्याचंही या संवादावर तितकंच नियंत्रण असतं. लक्षात ठेवा, संपूर्ण संभाषणादरम्यान प्राण्यांना नम्र आणि आदरयुक्त वागणूक देणं, शुद्ध हेतू बाळगणं आणि त्यांच्यावर संपूर्ण विश्वास दाखवणं या तीनही गोष्टींची काळजी घेतली तर तुमच्या संभाषणामध्ये कोणताही अडथळा येणार नाही.

- **संभाषणाची स्वतःची शैली बनवा:**

ॲनिमल कम्युनिकेशनमधील महत्वाचा मुद्दा असा आहे की तुम्ही स्वतःची शैली विकसित करा आणि त्याचबरोबर त्या संभाषणाचा हेतू देखिल साध्य करा.

ही शैली अशी असावी की प्राण्याला तुमच्याशी संवाद साधणं सहजसुलभ वाटेल आणि तुम्ही त्याचे संदेश कोणतेही फेरफार न करता त्याच्या पालकांपर्यंत पोहोचवाल असा विश्वास वाटेल.

काही संभाषणं ही प्रश्नोत्तरं प्रकारची असतात तर काहींचं स्वरूप गप्पागोष्टींसारखं असतं.

लक्षात घ्या की टेलिपॅथिक कम्युनिकेशनमध्ये चूक किंवा बरोबर तंत्र असं काहीच प्रमाणित नसतं.

पण जर तुम्ही प्रश्नोत्तरं तंत्रानी जाणार असाल तर योग्य प्रकारचे प्रश्न विचारायला शिका. उत्तराचा दर्जा हा प्रश्नाच्या दर्जावर अवलंबून असतो.

होय किंवा नाही प्रकारच्या प्रश्नांपासून सुरूवात करा. त्यामुळं संभाषणाचा प्रभाव कमी तर होत नाहीच पण यामुळं आपण प्राण्याच्या हळुहळू मनात शिरू शकतो. सर्वात अगोदर त्यांच्या मनात तुमच्याबद्दल विश्वास निर्माण करा आणि मगच मूळ विषयाला हात घाला.

जर टेलिपॅथिक कम्युनिकेशनला कुठून सुरूवात करावी हे तुम्हाला समजत नसेल तर तुमच्या स्वतःच्या प्राण्यासोबत काही काल्पनिक संवाद करून सुरूवात करा. तुम्ही प्राण्याला प्रश्न विचारल्यानंतर कोणताही विचार न करता तुम्हाला जे पहिलं उत्तर मिळेल ते स्वीकारा.

- **यशाचं मोजमाप करणं टाळा**

प्राण्यासोबतच्या आपल्या संवादाला यशाच्या तराजुमध्ये तोलणं टाळा. ही कोणतीही परिक्षा किंवा स्पर्धा नाही ज्यामध्ये आपण अव्वल आलंच पाहिजे. टेलिपॅथिक कम्युनिकेशन हा विचारांचा आणि भावनांचा सुंदरसा प्रवाह आणि सर्वांमध्ये असणारंच अंगभूत कौशल्य आहे.

ॲनिमल कम्युनिकेशनचा नियमित सराव केला की टेलिपॅथिक कौशल्यं विकसित होतं आणि निसर्गासोबत असणारा आपला बंध दृढ होतो. यामुळं आपण आपल्या नैसर्गिक क्षमतांच्या अधिक जवळ जातो. म्हणूनच यशाचं मोजमाप करत बसण्यापेक्षा त्यामधून मिळणारा आनंद अनुभवा.

"माझा सक्सेस रेट सत्तर टक्के", आहे यासारखी विधानं करणं टाळा. यामुळं आपण प्राण्याच्या मनाचा विचार करत नसून पालकाच्या दृष्टीनं यश किती मिळालं याचाच फक्त विचार करतो.

यासारखे शब्द वापरल्यामुळं आपल्या संभाषणामधली आत्मियता कमी होते आणि प्राण्याच्या मूळ संदेशाकडं दुर्लक्ष केलं जाऊ शकतं. टक्केवारीच्या रूपात आपल्या यशाचं मोजमाप करणं म्हणजे स्वतःच्या कौशल्याचा आणि प्रयत्नांचा अपमान करण्यासारखं आहे.

याअगोदर सांगितल्या प्रमाणं ॲनिमल कम्युनिकेशनमध्ये अपयश मिळण्याची मुळीच शक्यता नसते कारण कोणताही प्राणी संवादाला कधीच नकार देत नाही. ह्या हिशोबाने आपल्या क्षेत्रामध्ये शंभर टक्के सक्सेस रेट असतो.

आपल्या कम्युनिकेशनचं यश हे आपण प्राण्यासोबत कशा प्रकारे संवाद साधू शकतो यावर अवलंबून असतं, त्याच्या निष्पत्तीवर \ अवलंबून नसतं.

- **तुमच्या मर्यादा लक्षात घ्या:**

ॲनिमल कम्युनिकेटर म्हणून आपलं काम हे प्राण्याचा संदेश त्याच्या पालकांपर्यंत अधिक चांगल्या प्रकारे पोहोचवणं हा असतो. संभाषणामध्ये काही तफावत आढळल्यास आपण प्राण्याकडून त्याची शहानिशा करू शकतो. पण आपल्यालाही काही मर्यादा आहेत. आपण एखाद्याला आपल्या कम्युनिकेशनवर विश्वास ठेवायला भाग पाडू शकत नाही किंवा टेलिपॅथिक कम्युनिकेशनबद्दल त्याच्या मनात श्रद्धा निर्माण करू शकत नाही. प्राण्यांनी मला वैयक्तिक मर्यादांचीही अशी शिकवण दिली आहे.

आपल्या कुत्र्याशी बोल्टशी संवाद साधावा अशी नताशानं मला विनंती केली. तिनं मला मी बोल्टला काही विशिष्ट प्रश्न विचारावे असं सांगितलं जसं की तिचं आपल्या पतीसोबत, आई वडीलांसोबत आणि सासू सासऱ्यांसोबत कशा प्रकारचं नातं आहे हे त्याला विचारावं.

नताशानं मी त्याला त्याच्या तब्येतीबद्दल विचारावं आणि तिच्या घरामध्ये छोटा पाहुणा येणार की नाही हे विचारावं असं सांगितलं.

बोल्टनं अतिशय शांतपणे आणि संयमानं सर्व प्रश्नांची उत्तरं दिली. जेव्हा मी त्याला छोट्या पाहुण्याबद्दल विचारलं तेव्हा त्यानं मला सांगितलं की माणसाच्या आयुष्यातील या गोष्टीबाबत त्यानं भाष्य करणं योग्य नाही. त्यानं सांगितलं की नताशाला बाळ झालं किंवा नाही यामुळं काहीच फरक पडत नाही.

जेव्हा मी बोल्टला विचारलं की त्याचं नताशाच्या नणंदेसोबत कसं नातं आहे तेव्हा त्यानं सांगितलं की ते दोघं एकमेकांपासून दूर रहात असले तरी त्यांचं एकमेकांशी घट्ट भावनिक नातं आहे.

त्यानं सांगितलं की त्याची तब्येत अतिशय उत्तम आहे. त्यानं नताशासाठी संदेश दिला की तिनं शांत होऊन निसर्गाशी एकरूप होण्याची गरज आहे.

बोल्टच्या उत्तरांनी नताशा थोडीशी नाराज झाली आणि तिनं मला बोल्टकडून अधिक स्पष्ट माहिती घ्यायला सांगितली. तिनं सांगितलं की लवकरच त्यांच्या घरी बाळ येणार आहे. तिची नणंद ही परदेशात रहात असून बोल्टशी तिची विशेष जवळीक नाही. तिनं सांगितलं की बोल्टला वारंवार त्वचेचे आजार आणि पुरळ येतात जे "मी निरोगी आहे", या बोल्टच्या विधानाशी विसंगत आहे आणि तसंच तिनं आपल्या मनावर कोणताही ताण नसल्याचं सांगितलं.

उत्तरादाखल बोल्टनं सांगितलं की त्यानं कोणतीही विसंगत माहिती दिली नाही. नविन बाळाच्या आगमनाबद्दल त्यानं होकारही दिला नाही आणि नकारही, त्यानं केवळ इतकंच सांगितलं की याबद्दल भाष्य करण्यासाठी तो योग्य नाही. त्यानं सांगितलं की तो आणि नताशाची नणंद हे जगाच्या दोन टोकाला रहात असले तरी त्यांचे भावबंध दृढ आहेत.

त्याच्या स्वतःच्या तब्येतीबद्दल सांगायचं झालं तर बोल्टनं कबुल केलं की त्याच्या अंगावर पुरळ येतात पण त्याला त्यामुळं काहीच त्रास होत नाही. पण जेव्हा तो नताशाचा ताण आणि चिंता आपल्या अंगावर घेतो तेव्हा त्याला पुरळ येण्याचा त्रास होतो.

नताशा या संभाषणामधून अजिबात समाधानी नव्हती आणि बोल्टशी पुन्हा संवाद साधल्यानंतरही तिचं समाधान झालं नाही. मी त्यांच्या दोघांचे संदेश एकमेकांपर्यंत जसेच्या तसे पोहोचवूनही नताशाचं समाधान झालं नाही. मी अधिक काही समजावण्याच्या फंदात न पडता नम्रपणे संभाषणातून माघार घेतली.

आपण प्राण्यांशी संवाद साधतो, त्यांचे संदेश त्यांच्या पालकांपर्यंत पोहोचवतो. जर संदेशात काही तफावत असेल तर आपण प्राण्यांना परत त्याचं स्पष्टीकरण विचारतो. तरीही जेव्हा पालक आपण पोहोचवलेल्या संदेशाबद्दल शंका घेतात तेव्हा वाईट वाटणं स्वाभाविक आहे. परंतू संभाषणाचा हा भाग दुरुस्त करणं हे ॲनिमल कम्युनिकेटर म्हणून आपलं काम नाही आणि ही आपल्या कक्षेबाहेरची गोष्ट आहे.

- **प्राण्यांचे संदेश आणि आपल्या मनातंले विचार:**

प्राण्यांनी दिलेले संदेश आणि आपल्याच मनाचे विचार हे वेगवेगळे कसे ओळखायचे? हा मला नवीन आणि जाणत्या दोन्ही कम्युनिकेटर्सकडून वारंवार विचारला जाणारा प्रश्न आहे.

बऱ्याचवेळा आपल्याला असं वाटत असतं की प्राण्यांनी आपल्याला दिलेली माहिती ही खरंतर आपली कल्पना आहे आणि म्हणून मग आपण तो विचार मनातून काढुन टाकतो ज्यामुळं कदाचित माहितीचा एखादा महत्वाचा तुकडा हरवू शकतो.

खालील दिलेले काही मार्ग मला स्वतःला प्राण्यांकडून येणारे संदेश आणि माझ्याच मनातंल्या विचारांमधला फरक ओळखाण्यास मदत करतात:

- लक्षात घ्या, ऊर्जा ही उद्देशापाठोपाठ येते. त्यामुळं एकदा का आपण प्राण्यासोबत संवाद साधण्याचा हेतू निश्चित केला की त्याच्याकडून निश्चितपणे प्रतिसाद येतो
- तुम्हाला प्राण्याकडून जी माहिती मिळेल त्याच्यावर पूर्णपणे विश्वास ठेवा
- दृश्य, आवाज, वास, भावना, चव किंवा केवळ विचार अशा कोणत्याही स्वरूपात प्राण्याकडून मिळालेल्या पहिल्यावहिल्या संदेशाचा स्वीकार करा
- जर ही भावना बराच काळ मनात रेंगाळत राहिली तर आपल्याला मिळालेल्या संदेशाबद्दल शंका वाटू शकते. अशावेळी हा संदेश खरोखरीच त्यानी पाठवला आहे ना याबाबत प्राण्याकडून स्पष्टीकरण घ्या

- जर संदेश क्षणमात्र मनामध्ये प्रगटुन गेला तर समजा की तो प्राण्याकडून आला आहे
- जर तुमच्या मनामध्ये कोणताही गोंधळ असेल तर प्राण्याला त्याचं स्पष्टीकरण विचारा

प्राण्यानं आपल्याला दिलेला संदेश आणि आपल्या मनातंले विचार यांच्यामध्ये धुसर सीमारेषा असते. सरावानं हा फरक आपल्याला लक्षात येऊ लागतो आणि हळुहळू त्यातले बारकावे समजू लागतात जे प्रत्येकासाठी वैयक्तिक असतात.

जसं की माझ्या अनुभवानुसार, क्षणमात्र मनामध्ये प्रगटून जाणारे संदेश हे प्राण्याकडून आलेले असतात आणि मनामध्ये फार काळ रेंगाळत रहात नाहीत. ही भावना माझ्यासाठी नैसर्गिक नसते तर त्या भावनेनं बाहेरून माझ्या मनामध्ये प्रवेश केला आहे असं वाटतं. पण लक्षात घ्या, प्रत्येकाला येणारा अनुभव हा वैयक्तिक असतो आणि बऱ्याच लोकांना यामध्ये स्पष्ट फरक जाणवतही नाही.

आपला प्राण्यावर असणारा विश्वास आणि स्पष्टपणे निश्चित केलेला हेतू यामुळं प्राण्याकडून येणारा संदेश स्पष्टपणे आपल्यापर्यंत पोहोचतो. स्वतःच्या विचारांबद्दल चिंता करत बसण्यापेक्षा प्राण्याकडून मिळणाऱ्या संदेशावर लक्ष केंद्रीत करा आणि जर तरीही मनातली चिंता कमी झाली नाही तर प्राण्याला मार्गदर्शन करण्याची विनंती करा.

▪ दररोज काहीतरी नविन शिका

प्रत्येक दिवस आणि प्रत्येक कम्युनिकेशन आपल्याला नवीन काहीतरी शिकवतं. प्राण्यासोबत केलेलं प्रत्येक कम्युनिकेशन आपल्याला या कलेमध्ये अधिकाधिक पारंगत करत जातं. आपण परिस्थितिशी जुळवून घेऊन काळानुरूप विकसित होत रहावं. आपल्या चुकांमधून शिकुन प्रत्येक प्राण्यासोबत बोलताना नवनवीन मार्गांचा अवलंब करा.

प्राण्यांशी संवाद साधताना त्या संवादाचा आनंद लुटा. या प्रॅक्टिसकडं वळण्यासाठी तुम्हाला ज्यामधून प्रेरणा मिळाली त्याचा विचार करा. स्वतःला

जास्त त्रास करून घेऊ नका, नवीन गोष्टी शिकण्यासाठी आणि आत्मसात करण्यासाठी स्वत:ला वेळ द्या आणि इतरांकडून प्रमाणिकरणाची अपेक्षा न करता पुढे जात रहा. या काही महत्वाच्या गोष्टी ॲनिमल कम्युनिकेशनच्या कलेमध्ये कौशल्यप्राप्ती मिळवण्यासाठी आवश्यक आहेत.

जितका अधिक सराव करू तितकं अधिक समजायला लागेल, जितकं अधिक समजायला लागेल तितकं अधिक ज्ञान मिळेल आणि जितकं अधिक ज्ञान मिळेल तितकं आपल्या लक्षात येईल की आपल्याला अजून फार मोठा पल्ला गाठायचा आहे

तुम्ही त्या थोड्या लोकांपैकी आहात ज्यांनी हे अत्यंत उत्कट आणि जादुई क्षेत्र निवडलं आहे. हे कौशल्य खरंतर आपल्यासाठी अंगभूत आणि नैसर्गिक आहे ज्याची बऱ्याचजणांना जाणिवही नसते.

प्रकरण २३

संवादाचे विविध मार्ग

यापूर्वी सांगितल्या प्रमाणं प्राण्यांसोबत संवाद साधण्याचे बरेच मार्ग आहेत. त्यापैकी वारंवार वापरली जाणारी पद्धत म्हणजे प्रश्नोत्तरं. मी व्यक्तिश: वापरत असलेल्या तीन पद्धती खालील प्रमाणं आहेत. लक्षात घ्या या मी वापरत असलेल्या पद्धती आहेत पण मी तुम्हाला कळकळीनं सांगू इच्छिते की तुम्ही तुमची स्वत:ची अशी शैली विकसित करा.

१. प्रश्नोत्तरं

ह्या पद्धतीत आपण प्राण्यांना सुयोग्य प्रश्न विचारतो आणि ते त्याचं होय किंवा नाही, किंवा विस्तृत उत्तरं देतात ज्यामुळं संभाषणाचा पाया मजबूत होतो.

या पद्धतीमध्ये आपल्याला छोट्या आणि सोप्या प्रश्नांपासून सुरूवात करून अधिक खोलवरच्या आणि क्लिष्ट प्रश्नांकडं वळायचं असतं ज्यामुळं प्राण्यांकडून अधिकाधिक माहिती गोळा करता येईल.

शाब्दिक संवादाप्रमाणंच तुमच्या शब्दांची निवड काळजीपूर्वक करा जेणेकरून तुमचे प्रश्न हे नम्र आणि आदरयुक्त असतील आणि तुम्हाला अपेक्षित माहिती मिळेल.

जरी ही पद्धत मोठ्या प्रमाणावर वापरली जात असली तरी संभाषणाची ही काही एकमेव पद्धत नव्हे. बऱ्याच लोकांना असं वाटतं की प्रश्नोत्तरं ही त्यांची पद्धत नाही आणि त्यामुळं ॲनिमल कम्युनिकेशन देखिल त्यांच्यासाठी नाही.

परंतू प्रत्यक्षात टेलिपॅथिक संवाद साधण्याचे अनेक मार्ग आहेत जसं की थॉट प्रोसेसिंग आणि लिखाण.

२. थॉट प्रोसेसिंग

आपण प्राण्याकडून काही माहिती मिळवण्याचा विचार करत असतो आणि अचानक आपल्या मनामध्ये एक विचार तरंग उमटतो, जणू काही तो आपल्यासाठीच पाठवलेला संदेश आहे. ही काही योगायोगानं घडलेली बाब किंवा आपल्या मनातील नेहमीचे विचार नसतात.

प्राण्यांनी पाठवलेले हे संदेश खास आपल्यासाठीच आहेत याची आपल्याला जाणीव होणं आवश्यक आहे.

आपल्याला कदाचित असं वाटत असेल की केवळ माणुसच प्राण्यांशी टेलिपॅथिक संवाद सुरू करू शकतो पण हे देखिल सत्य आहे की प्राणी देखिल संवादाची सुरूवात करू शकतात.

जेव्हा काही दिवसांपूर्वी संवाद साधलेल्या प्राण्याबद्दल अचानक एखादा विचार आपल्या मनामध्ये येतो तेव्हा समजून जा की त्या प्राण्याला आपल्याशी संवाद साधायची इच्छा आहे. आपण त्या क्षणी त्याच्याशी संवाद साधायचा की नाही हे त्यावेळच्या परिस्थितीनुसार ठरवलं पाहिजे.

अशा अचानक मनात येणाऱ्या विचारांकडं दुर्लक्ष करू नका, त्यांचा स्वीकार करा, त्यांची दखल घ्या आणि वेळ असेल तर मैत्रिचा बंध अधिक दृढ करण्यासाठी त्यांच्याशी जरूर संवाद साधा.

यावरून मला माझ्या शहरातल्या घरातली एक निवांत दुपार आठवली. मी आरामात बसून फार्महाऊसवर असणाऱ्या फिडो, जिली आणि टॅझी या माझ्या प्राणीसोबत्यांचा विचार करत होते. अचानक मला वाटलं की जिलीला मला टॅझीबद्दल काहीतरी सांगायचं आहे. टॅझीला बरं वाटत नाहीये हा संदेश जिलीला माझ्यापर्यंत पोहोचवायचा होता. मी जिलीकडून खात्री करून घेतली की खरंच ती मला काही सांगायचा प्रयत्न करत आहे का ? तिनं होय असं सांगितलं. त्यानंतर मी टॅझीला विचारलं की तिची तब्येत कशी आहे?

टॅझीनं सांगितलं की तिची तब्येत थोडीशी नादुरुस्त होती आणि तिला सुस्ती आल्यासारखं वाटत होतं. जिलीनं तिच्याबद्दल मला सांगितलेलं टॅझीला अजिबात रूचलं नाही. मी जेव्हा माझ्या फार्महाऊसवरच्या केअरटेकरला फोन करून टॅझीबद्दल विचारलं आणि तिची कशी काळजी घ्यावी याबद्दल मार्गदर्शन केलं तेव्हा त्यानं मला एक आश्चर्यकारक बातमी सांगितली.

त्यानी सांगितलं की टॅझी दिवसभर जिलीवर गुरगुरत आहे आणि मला लक्षात आलं की हे गुरगुरणं जिलीनं तिच्या तब्येतीबद्दल मला सांगितल्या पासून सुरू झालं आहे.

अगोदर मी असे अचानक येणारे विचार धुडकावून लावायचे कारण मला ते माझ्या कल्पनेतले विचार वाटायचे. पण आता माझ्या लक्षात आलं आहे की असे प्राण्यांकडून आलेले संदेश कधीही धुडकावून लावायचे नसतात जरी ते आपल्याला कितीही काल्पनिक वाटत असले तरी.

३.जर्नलिंग (निबंध लिहिणे)

ही टेलिपॅथीच्या माध्यमातून प्राण्यांशी संवाद साधण्याची अत्यंत सुरचित परंतू जरा कमी वापरली जाणारी पद्धत आहे. जर्नलिंगच्या माध्यमातून आपण प्राण्याबद्दलचे विचार अत्यंत सुरचित आणि नेमक्या पद्धतीनं लिहून काढू शकतो जेणेकरून आपल्याला त्या विषयाबद्दल स्पष्टता येईल आणि आपला संवाद पुढे जाण्यासाठी मदत होईल.

कल्पना अशी आहे की आपल्या मनातले प्राण्याबद्दलचे विचार कागदावर उतरवायचे जणू काही आपण त्या प्राण्यावर निबंध लिहीत आहोत किंवा त्याचं शब्दचित्र रेखाटत आहोत.

प्राण्यांबद्दलचे विचार कागदावर उतरवून काढत असतानाच आपल्याला विना अडथळा प्राण्यांकडून संदेश येत राहतात. एखाद्या पोकळ हाडाप्रमाणं ते आपण स्वीकारायचे असतात. आपले सर्व विचार कागदावर उतरवून काढत असताना आपलं तार्किक आणि व्यावहारिक मन लिखाणाच्या प्रक्रियेमध्ये गुंतून राहतं आणि त्यामुळं आपलं सुप्तमनाचं चॅनल ॲनिमल कम्युनिकेशनसाठी खुलं राहतं.

तुम्हाला संभाषणाची रचना कशी हवी हे तुम्ही ठरवू शकता. माझी पद्धत अशी आहे की मी परिचय, मसुदा आणि निष्कर्ष या तीन विभागांमध्ये माझ्या सर्व कल्पना विभागते.

परिचय:

परिचय या विभागामध्ये माझ्या संवादामागचा हेतू, प्राण्याला माझा परिचय करून देणं, प्राण्यासोबत विश्वासाचा बंध निर्माण करणं आणि त्यांच्या व्यक्तिमत्वाबद्दल जाणून घेणं या सर्वांचा समावेश होतो.

निराळ्या शब्दात सांगायचं झालं तर याला स्मॉल टॉक (संवादाची हलकीफुलकी सुरूवात करणं) असंही म्हणता येईल.

मसुदा:

मसुद्यामध्ये संभाषणाचा मूळ गाभा असतो. संभाषणाचं मूळ कारण, त्यावरील प्राण्याची प्रतिक्रिया आणि पालकांचे प्राण्यासाठीचे संदेश हे सर्व याठिकाणी लिहिले जाते.

निष्कर्ष:

सर्वात शेवटी निष्कर्ष या विभागामध्ये संभाषणाचा समारोप, प्राण्याचे आभार मानणे आणि प्राण्याकडून त्याच्या पालकांसाठीचा त्या संभाषणातला अखेरचा संदेश घेणं या सगळ्याचा समावेश होतो.

तुमच्या माहितीसाठी मी एक नमुना देत आहे. लक्षात घ्या, माझ्या शैलीचं जसंच्या तसं अनुकरण करण्यापेक्षा स्वत:ची शैली विकसित करा.

ट्रूफी: कुत्री.

ट्रूफी ही एक अतिशय उत्साही कुत्री आहे. ती अतिशय खेळकर आणि मैत्रीपूर्ण आहे. तिला प्राणी आणि माणसं दोघांचाही सहवास आवडतो. ती अत्यंत जिज्ञासू आणि निरिक्षणाच्या माध्यमातून शिकणारी आहे. ती खूप चटकन नविन गोष्टी आत्मसात करते.

टूफीच्या दैनंदिनी मध्ये तिच्या पालकांना कंपनी देणं, नियमित आहार घेणं आणि संपूर्ण दिवसभर घरामध्ये काय घडतंय याचं निरीक्षण करणं याचा समावेश होतो. तिला चिकन खायला आणि हाडं चघळायला अतिशय आवडतं. तिला माणसं एकमेकांशी गप्पा मारतात त्याप्रमाणं तिच्याशी गप्पा मारलेलं आवडतं पण रागावलं किंवा आज्ञा दिलेली अजिबात आवडत नाही.

तिची तब्येत अतिशय उत्तम आहे पण अधुनमधून तिला श्वास घ्यायला त्रास होतो, तिच्या मते हे तिच्या उतारवयाचं लक्षण आहे.

जेव्हा तिचं कुटुंब आनंदी आणि समाधानी असतं तेव्हा तिला खूप छान वाटतं. एका प्रेमळ कुटुंबाचा भाग असल्याचा तिला विलक्षण अभिमान आणि कृतज्ञता आहे आणि त्यांच्यासाठी काहीही करायला ती मागं पुढं पाहणार नाही. तिच्या पालकांनी अधुनमधून विश्रांती घेऊन आयुष्याचा आनंद लुटावा असं तिला वाटतं.

आपण जर्नलिंग कशा प्रकारे करावं याचं हे एक उदाहरण आहे. जर तुम्हाला ही शैली आवडली तर तुम्ही ती उपयोगात आणू शकता किंवा तुमची स्वतःची शैली विकसित करू शकता.

सारांश:

टेलिपॅथिक कम्युनिकेशन ही आपल्याला लाभलेली एक मोठी देणगी आहे जिच्या माध्यमातून आपण प्राणी, झाडं आणि निसर्गाशी संवाद साधू शकतो. प्रत्येक व्यक्तिनुसार याची तंत्रं, बारकावे बदलू शकतात परंतू आपण कोणत्याही प्राण्याशी संवाद साधत असलो तरी संपूर्ण जगभर याचा मूळ गाभा समानच राहतो.

हे साध्य करण्यासाठी विषयाचा व्यावहारिक दृष्टिकोन आत्मसात करायला हवा, त्याचा विविध अंगांनी सराव करायला हवा, त्याच्यावर पूर्ण पकड मिळवायला हवी, तुमची स्वतःची शैली विकसित करायला हवी आणि सहज सुलभरित्या संवाद साधता येईपर्यंत सतत सराव करायला हवा.

आपण सर्वज्ञानी तर कधीच बनू शकत नाही, कितीही सराव केला तरी आपल्याकडून अजिबात चुका होणारच नाहीत असं होऊ शकत नाही. परंतू या क्षेत्रात सर्वोत्तम होण्यासाठी आपण प्रयत्न नक्कीच करू शकतो. एखाद्या पोकळ हाडाप्रमाणं आपण पालक आणि त्यांच्या प्राणीसोबत्यांमधील दुवा बनून त्यांना मदत करू शकतो आणि त्यांच्यामधला नातेसंबंध दीर्घकाळासाठी दृढ करू शकतो.

समारोप

टेलिपॅथिक कम्युनिकेशन हा निसर्ग आणि कला यांचा आश्चर्यकारक असा संगम आहे. त्याला कोणत्याही मर्यादा किंवा कठोर असे नियम नाहीत की केवळ ज्यामुळं हे कम्युनिकेशन यशस्वी होईल.

या पुस्तकाचा हेतू हा केवळ तुम्हाला टेलिपॅथिक कम्युनिकेशनची ओळख करून देणं हा आहे, मी या पुस्तकामध्ये तुम्हाला कोणताही मार्ग आखून दिला नाही. मी तुम्हाला कळकळीची विनंती करते की तुमच्या सोयीनुसार आणि ज्ञानानुसार तुम्ही तुमचा मार्ग स्वतःच तयार करा.

आपल्याला केवळ याच्या मुलभूत संकल्पना समजून घ्यायच्या आहेत, त्याचं कार्य समजून घ्यायचं आहे आणि प्रत्येक टप्प्याचा हेतू काय आहे हे समजून घ्यायचं आहे. सशक्त माध्यम तयार करणं, शब्दांची योग्य निवड करणं आणि तुमच्या चुकांपासून शिकणं या तिन्ही गोष्टींचं महत्व ओळखा.

एकदा का टेलिपॅथिक कम्युनिकेशनचा मजबूत पाया निर्माण झाला की आपण ॲनिमल कम्युनिकेशनमध्ये अनेक प्रयोग करू शकतो. या ट्रायल आणि एरर पद्धतीमुळं आपण ॲनिमल कम्युनिकेशनची आपली अशी एक शैली विकसित करू शकतो.

तुम्ही जे शोधत होतात ते या पुस्तकामधून तुम्हाला मिळालं असेल अशी मी आशा करते. तुम्ही या पुस्तकाच्या सुरूवातीला जो हेतू निश्चित केला होता तो साध्य झाला असेल असं मला वाटतं.

माझ्यासोबत या प्रवासातील एक साथीदार झाल्याबद्दल आणि तुमच्या प्रवासामध्ये मला सहभागी करून घेतल्याबद्दल मी तुमचे मनापासून आभार

मानते. प्राण्यांसोबत आणि निसर्गासोबत संवाद साधणं हा माझ्यासाठी एक अतिशय आल्हाददायक आणि समृद्ध करणारा अनुभव आहे आणि तुमचाही प्रवास असाच समृद्ध होईल अशी मी आशा करते.

निसर्ग आणि प्राण्यांनी माझ्या जीवनामध्ये आमुलाग्र बदल घडवून आणला आहे आणि या संवादांमुळं मी स्वत:ला अधिक चांगल्या प्रकारे ओळखू लागले आहे. मी प्रत्येक टप्प्यावर प्राण्यांकडून मार्गदर्शन घेतलं आहे आणि हा या प्रवासातील एक सर्वोत्तम भाग आहे.

या सुंदर प्राण्यांसोबतच्या प्रत्येक संवादांनी माझ्या जीवनविषयक दृष्टीकोनामध्ये मोलाची भर टाकली आहे. यापैकी प्रत्येक कम्युनिकेशन हा माझ्यासाठी एक विशेष अनुभव होता, ज्यामधून मला खूप काही शिकायला मिळालं, माझा दृष्टिकोन अधिक व्यापक झाला आणि माझ्या स्वत:बद्दलच्या जाणिवा अधिक प्रगल्भ झाल्या.

एका विशिष्ठ हेतूनेच प्राणी आपल्यापर्यंत पोहोचतात. त्यांनी आपल्यासाठी कोणता संदेश आणला आहे हे विचारल्यामुळं सुंदर अनुभवांचं आणि संधीचं दालन आपल्यासाठी खुलं होतं.

माझ्या प्राण्यांच्या माध्यमातून मी स्वत:च्या अधिक जवळ पोहोचले. मी गोंधळलेली असताना यामुळं मनाला शांतता आणि जेव्हा मी कोलमडून गेले होते तेव्हा मला शक्ती मिळाली आहे. त्यामुळं मी तुम्हाला अशी कळकळीची विनंती करू इच्छिते की या नि:स्वार्थी आणि सुंदर अशा जीवांकडून मार्गदर्शन घ्या.

दर दिवशी तुम्हाला नवनवीन ज्ञान आणि शहाणपण मिळत आहे असं तुम्हाला जाणवायला लागेल आणि ते अधिकाधिक मिळवण्याची तुम्हाला आस लागेल. दररोज काहिनाकाही शिकत रहा. प्रत्येक प्राणी, प्रत्येक कम्युनिकेटर आणि निसर्गातील प्रत्येक गोष्ट आपल्याला काहिनाकाही शिकवत असतेच.

तुम्हाला जे रूचतंय त्याचा स्वीकार करा आणि बाकिच्या गोष्टी सोडून द्या. इथं काही कोणती स्पर्धा किंवा शर्यत लागलेली नाहीये. प्राणी आपल्याला

स्वत:सोबत प्रामाणिक रहायला शिकवतात आणि आपल्याला सहृदयता आणि दयाळुपणाची देणगी देतात.

ते कितिही आव्हानात्मक परिस्थितीमध्ये असले तरी त्यांना आपल्या सहानुभूतीची गरज नसते. त्यांना आपल्याकडून केवळ सहृदयता आणि दयाळुपणाची अपेक्षा असते. ते आपल्याला कृतज्ञता आणि क्षमाशिलतेचे धडे देतात.

माझ्या आजवरच्या ॲनिमल कम्युनिकेशनच्या प्रवासामध्ये एकाही प्राण्यानी मला द्वेष, सूड, बदल्याची भावना किंवा तिरस्कार यापैकी कोणत्याही भावना दाखवल्या नाहीत. त्यांचा भूतकाळ काहीही असला तरी त्यांनी नेहमीच प्रेम, दयाळुपणा, कृतज्ञता आणि क्षमाशीलता दाखवलेली आहे.

तुमच्या पुढील प्रवासासाठी माझ्या अनेक शुभेच्छा! तुमच्या आयुष्यात तुम्हाला अनेक उत्कृष्ठ ॲनिमल कम्युनिकेशन करण्याची संधी मिळू दे ज्यामुळं तुम्ही निसर्गाशी एकरूप व्हाल आणि तुमचं जीवन समृद्ध होईल.

संदर्भसूची

या पुस्तकामध्ये दिलेली माहिती ही प्रत्यक्ष ॲनिमल कम्युनिकेशन, इंटर स्पिसिज टेलिपॅथिक कम्युनिकेशन, लॉजिकल रिझनिंग बिहाईंड इन्ट्युशन ॲज अ सिक्स्थ सेन्स आणि कॉन्सेप्ट ऑफ वाईब्ज ॲन्ड फ्रिक्वेन्सीज या विषयांवर केलेल्या संशोधन आणि अभ्यासामधून घेतली आहे.

मी वापरत असलेल्या शास्त्रीय संज्ञा आणि या विषयातील व्यावहारिक ज्ञान मी माझ्या गुरुंचं मार्गदर्शन, त्यांचा अनेक वर्षांचा अनुभव आणि त्याला दिलेली माझ्या प्रात्यक्षिक अनुभवांची जोड यामधून विकसित केलं आहे. माझ्या सौभाग्यानं मी असंख्य व्यावसायिक ॲनिमल कम्युनिकेटर्सकडून आणि स्पिरिच्युअल हीलर्सकडून बरंच काही शिकू शकले. त्यांनी टेलिपॅथिक कम्युनिकेशनची कवाडं माझ्यासाठी खुली केली.

असं असलं तरी मी माझा प्रात्यक्षिक अनुभव आणि स्वत: विकसित केलेली कौशल्यं यांच्या सहाय्यानं या संकल्पना प्रत्यक्ष अंमलात आणल्या. तुम्ही देखिल स्वत:ची शैली विकसित करावी असं मला वाटतं.

खालील रिसर्च पेपर्समध्ये प्राण्यांसोबत संवाद साधण्यासाठी टेलिपॅथिक कम्युनिकेशनचा वापर कसा करावा याबद्दल विस्तृत चर्चा केली आहे.

Deborah L. Erickson, March 2011, *Intuition, Telepathy, and Interspecies Communication: A Multidisciplinary Perspective*

खाली काही पुस्तकांची यादी दिली आहे ज्यांचा संदर्भ मी माझी कौशल्यं विकसित करण्यासाठी आणि माझं ज्ञान लख्ख करण्यासाठी घेते.

1. **Andrews, Ted. *Animal-Speak: The Spiritual and Magical Powers of Creatures Great and Small.* Llewellyn Publications, U.S.; Illustrated Edition, 1994.**

2. **Behan, Kevin. *Your Dog is Your Mirror: The Emotional Capacity of Our Dogs and Ourselves.* New World Library, 2012.**

3. **Billups, Tammy. *Soul Healing with Our Animal Companions: The Hidden Keys to a Deeper Animal-Human Connection.* Bear & Company; 2nd Edition, New (10 April 2018).**

4. **Gurney, Carol. *The Language of Animals: 7 Steps to Communicating with Animals.* Dell, Illustrated Edition, 2001.**

5. **Kincaid, Maia. *The Cat's Meow: Chats with Cool Cats.* Wisdom of Love Publishing and Consulting, 2015.**

6. **Kincaid, Maia. *Dogs Say the Darndest Things: Are You Listening? An Animal Communicator's Dialogs with Dogs.* Maia Kincaid, Illustrated Edition, 2010.**

7. **Long, William J. *How Animals Talk: And other Pleasant Studies of Birds and Beasts.* Bear & Company, New Edition of the Classic (23 August 2005).**

8. **MacKinnon, Danielle. *Soul Contracts: Find Harmony and Unlock Your Brilliance.* Atria Books/Beyond Words, Illustrated Edition, 2014.**

9. **Myers, Arthur. *Communicating with Animals: Unleashing the Spiritual Connection between***

***People and Animals.* Chicago: Contemporary Books, 1997.**

10. **Sheldrake, Rupert. *Dogs That Know When Owner Coming Home and Other Unexplained Powers of Animals: An Investigation.* New York: Crown Publishing, 1999.**

11. **Smith, Penelope. *Animals in Spirit: Our Faithful Companions' Transition to the Afterlife.* Atria Books/ Beyond Words, First Edition, 2008.**

12. **Smith, Penelope. *Animal Talk, Interspecies Telepathic Communication.* Atria Books/Beyond Words, Reprint Edition, 2008.**

13. **Sury. V.S. *Parallels: A Board Look into Nature's Fascinating Ways.* Notion Press, First Edition, 2020.**

14. **Wohlleben, Peter. *The Inner Life of Animals: Surprising Observations of a Hidden World.* Vintage, 2018**

हा रिसर्च पेपर आणि ही पुस्तकं यामधून आपल्याला लक्षात येतं की ॲनिमल कम्युनिकेशन ही माणसाच्या दृष्टीनं अत्यंत विस्मयकारक बाब आहे आणि त्याला विज्ञान आणि तर्काची जोड आहे.

सदर पुस्तकामध्ये मी ज्या काही प्रॅक्टिकल गोष्टी सांगितल्या आहेत त्या माझ्या स्वत:च्या अनुभवांमधून आलेल्या आहेत.

तुम्ही या पुस्तकातील तंत्रांचा उपयोग करू शकता किंवा स्वत:चं असं एक वेगळं तंत्र विकसित करू शकता. यापूर्वी सांगितल्याप्रमाणं मी माझ्या वाचकांना आणि प्रशिक्षणार्थींना अशा माहितीच्या स्त्रोतांमधून किंवा माझ्याकडून ज्ञान घेऊन स्वत:चा मार्ग तयार करण्यासाठी प्रोत्साहन देते.

तुम्ही खालील मार्गांनी माझ्याशी संवाद साधू शकता:

www.animalcommunication.in

www.facebook.com/animalcommunicationbyakshaya

www.instagram.com/animalcommunicationbyakshaya

www.youtube.com/animalcommunicationbyakshaya

akshaya@animalcommunication.in

www.ingramcontent.com/pod-product-compliance
Lightning Source LLC
LaVergne TN
LVHW101939220826
846093LV00006B/63